व्यक्तिमनाच्या गाभ्याचा अचूक शोध

मुलखावेगळा

डॉ. छाया महाजन

D9900379

मेहता पब्लिशिंग हाऊस

◆ *या पुस्तकातील लेखकाची मते, घटना, वर्णने ही त्या लेखकाची असून त्याच्याशी प्रकाशक सहमत असतीलच असे नाही.*

MULAKHAVEGALA by Dr. CHHAYA MAHAJAN

मुलखावेगळा : डॉ. छाया महाजन / कथासंग्रह

© डॉ. छाया महाजन
'चेतन', कल्याणी नर्सिंग होम, न्यू समर्थनगर, औरंगाबाद.
✆ (०२४०)२३६३७६६ / ०९८२३२५५९०२

प्रकाशक : सुनील अनिल मेहता, मेहता पब्लिशिंग हाऊस,
१९४१, सदाशिव पेठ, माडीवाले कॉलनी, पुणे - ४११०३०.

मुखपृष्ठ : फाल्गुन ग्राफिक्स

प्रकाशनकाल : प्रथमावृत्ती : दीपावली पाडवा, नोव्हेंबर, २००१ / ऑगस्ट, २००८
मेहता पब्लिशिंग हाऊस यांची तृतीयावृत्ती : ऑक्टोबर, २०१२ /
पुनर्मुद्रण : ऑक्टोबर, २०१७

P Book ISBN 9788184984200
E Book ISBN 9789387319257
E Books available on : play.google.com/store/books
m.dailyhunt.in/Ebooks/marathi
www.amazon.in

श्रेय
श्री. ह. मो. मराठे
श्री. महावीर जोंधळे
श्री. जी. एन. शर्मा
सौ. सिंधू भालेराव

पहिल्या संग्रहातच इतकी प्रगल्भता

'मुलखावेगळा' हा छाया महाजन यांचा कथासंग्रह वाचताना मला अगदी सर्वांत आधी प्रत्यय आला, तो लेखिकेच्या साहित्यिक प्रगल्भतेचा.

पुष्कळदा लेखक किंवा लेखिकांचे अनेक संग्रह प्रसिद्ध झाल्यानंतरही जी साहित्यिक प्रगल्भता जाणवत नाही, ती यांच्या पहिल्या संग्रहातच जाणवते.

(माझ्यात ती अजूनही आली आहे की नाही, कोण जाणे.)

प्रगल्भतेचा अत्यंत दुर्मिळ असा गुण छायाजींच्या कथालेखनात आहे.

या प्रगल्भतेचा प्रत्यय अगदी पहिल्या कथेतच मला आला.

संग्रहातली पहिलीच कथा 'व्रण'. एकदम छोटी.

कथानकात तसं नावीन्य काही नाही– पण तरीही कथेत नावीन्य आहे.

ते नावीन्य या प्रगल्भतेतून आलं आहे.

कथानक तसं जुनंच, तो-ती प्रेम.

त्याचं लग्न दुसरीशी. प्रेमभंगाची चुटपुट दोघांनाही. मग तिचंही तिसऱ्याशी लग्न. नंतर कधीतरी भेट. जखमेचा 'व्रण.'

तसं बघितलं तर हे कथानक असंख्य कथाकादंबऱ्यांतून आढळणारं. या एवढ्याशा कथानकाला फुलवत-फुलवत हजारो शब्दांचा पसारा आजवर अनेकांनी मांडलेला.

पण छायाजी हीच कथा अगदी मोजक्या शब्दांत सांगतात आणि अशा प्रगल्भतेने सांगतात की, जुन्याच विषयावरची नवी व ताजी कथा वाचतो आहोत, असं वाटतं.

निदान मला तसं वाटलं.

मला त्यांची कथा सांगण्याची पद्धत फार नवीन वाटली. वाचायला सुरुवात केल्यावर दोन-चार वाक्यं वाचताच जाणवलं, निवेदनाची ही ढब नवीन आहे. सरळ सोपी. थेट विषयाला भिडणारी.

वाचकाला सरळ कथा-प्रवाहात ओढून घेणारी.

छायाजींच्या निवेदनाचा ढंग असा आहे की, वाचकाला ती पहिल्या-दुसऱ्या

वाक्यातच कथाप्रवाहात खेचून घेते. कथानिवेदन सुरू होऊन काही परिच्छेद संपेपर्यंत काठावर उभं राहण्याची सवलत छायाजी वाचकाला मुळी देतच नाहीत.

त्यांच्या बहुतेक कथांचं निवेदन अगदी पहिल्या वाक्यापासूनच थेट कथेला भिडतं. वर्णने नाहीत. वातावरण-निर्मिती नाही की, कथार्थाला संप्रेरित करण्याच्या प्रयत्नांतून येणारी प्रारंभिक प्रतीकात्मकता नाही.

'व्रण' कथेतलं कथानक नेहमीचं, तसा त्या कथेचा शेवटही नेहमीचाच. पूर्ण नव्या तऱ्हेनं सांगितलेला. धारदार. अणकुचीदार. कसलेला कवी एखाद्या कवितेचा शेवट जसा अणकुचीदार पद्धतीनं करून वाचकांच्या जाणिवेवर आघातच करून जातो, तसंच ही कथाही करते. शेवटचं वाक्य बघा.

'परवा तिच्या दारावरून जात होतो. मला पाहात पाहात दोन्ही हातांनी तिनं तिच्या घराचं मोडकं फाटक बंद केलं.'

कथेच्या विषयाला भिडण्याची, उलगडण्याची व तो संपवण्याची छायाजींची पद्धतही खास त्यांचीच आहे. निवेदन, भाषा हेही खास त्यांचच आहे. म्हणजेच ते दुसऱ्या कुणाहीसारखं नाही. नवोदित लेखकांच्या साहित्यिक धारणांवर प्रभाव टाकणारे जी.एं.सारखे लेखक नवोदित लेखकांकडून इतके गिरवले जातात की, ती कथा, ती शैली त्या नवोदितांची न राहता, जी.एं.ची किंवा नवोदित लेखकाच्या साहित्यिक आदर्शाची पडछाया ठरते!

छायाजींची निवेदन शैली ही दुसऱ्या कोणत्याही शैलीची पडछाया नाही. ती त्यांची आणि फक्त त्यांचीच आहे. वेगळी आणि टवटवीत आहे.

सोपी, सरळ, सुटसुटीत वाक्यं हे या शैलीचं ठळक वैशिष्ट्य आहे. अनलंकृतता, प्रतिमा विरहितता, व्याज-काव्यात्मतेचा अभाव हा या शैलीचा स्वभाव आहे. अर्थात ती मॅटर ऑफ फॅक्ट शैली नाही. ती अर्थवाही आहे. प्रतिमाबहुलतेचा सोस या शैलीला नसल्याने ती अर्थवाही झाली आहे. प्रवाही आणि पत्रकारी शैलीला जवळची झाली आहे.

अर्थात, प्रतिमांकिततेचाही स्वीकार छायाजींची निवेदन शैली करते, पण फारच थोड्या वेळा. जेव्हा अशी प्रतिमांकितता येते, तेव्हाही ती एकदम नवेपणाचा प्रत्यय देते. उदा.

'... ती जेव्हा दिसली, तेव्हा वाऱ्याचा एक मोठा झोत चिकट उन्हाळ

दिवसाला पडद्यासारखा लगटून जावा, तसं झालं...'

किंवा,

'... तिच्या हसण्याचा आवाज ऐकला, म्हणजे पाऊसभऱ्या फांदीला हलवलं की थेंब पडून जे वाटतं, तसं ओलं ओलं वाटे...'

किंवा

'... ती भरल्या ढगासारखी येऊन बरसून जायची.'

या संग्रहातल्या पुष्कळशा कथा पुरुषपात्रांच्या कथा आहेत आणि त्यातल्या अनेक कथांचं कथन प्रथमपुरुषी आहे. पुरुषांची मानसिकता आणि पुरुषी भाषाढंग छायाजींनी आतून समजून घेतला आहे, हे या कथा वाचताना सहज जाणवतं. 'स्पर्श' कथेत मुलगा वयात येतो, तो अनुभव आहे. तसाच अनुभव 'सुरुवात' कथेत आहे. पुरुषांचं वयात येणं या लेखिकेनं किती जाणकारीनं समजून घेतलं आहे, हे या कथा वाचताना जाणवतं. तसंच पुरुषी भाषेबद्दल 'सुरुवात' कथेत आजच्या कॉलेज-कुमारांचं मनोविश्व आणि अनुभवविश्व यांचं दर्शन आहे. त्या कथेतील काही वाक्यं नमुन्यादाखल बघा.

'बहुतेक चांगल्या पोरी, सात-आठ पोरांनी एक अशा पद्धतीनं बुक केलेल्या. म्हणजे त्या इतक्या पोरांना कशा मिळणार, ही आमची चिंता. ग्रुपग्रुपनं उभं असताना पोट्टे एकमेकांत म्हणायचे– 'वो लाल दुपट्टेवाली अपनेवाली है हां... तेरी भैन है... समझे क्या बे?'

काही वर्षांपूर्वी स्त्री लेखिकांची भाषा आणि पुरुष लेखकांची भाषा वेगवेगळी जाणवायची. पुरुषांनी स्त्रीच्या मनाचं व तिच्या अनुभवविश्वाचं चित्रण करताना पुरुषी भाषा वापरलेली असायची किंवा स्त्री लेखिकांनी पुरुषपात्रांचं चित्रण करताना स्त्रीच्या ढंगाची भाषा वापरलेली दिसायची. छायाजींच्या कथांत पुरुषांच्या जगाचं पुरुषांच्या, तेही आजच्या भाषेत चित्रण होताना दिसतं. छायाजींनी पुरुषांची खास लकबयुक्त भाषा बिनधास्तपणे लिहिली आहे. उदा.

'आम्हाला चुत्या बनवतो व्हय रे? हो भाईर!'(कथा – मुलखावेगळा)

पंचवीस वर्षांपूर्वीपर्यंत सुशिक्षित समाजातही पुरुषांची भाषा आणि स्त्रियांची भाषा यात फरक होता. व्यवहारात होता, म्हणून तो साहित्यात होता. आज असा फरक फारसा उरलेला नाही. म्हणून तो साहित्यातूनही संपलाच पाहिजे. त्या

दृष्टीने छायाजींनी भाषा लिहिण्याच्या बाबतीत दाखवलेला बिनधास्तपणा कौतुकास्पद आहे.

आज मराठीत निखळ लघुकथा फारशी लिहिली जात नाही. आजचे बहुतेक कथालेखक दीर्घकथा लिहितात, कथा विषयाची विस्तृत आणि पल्लेदार बांधणी करतात. लघुकथेच्या घाटाकडे दुर्लक्ष करतात.

छायाजींच्या या संग्रहातील बहुतेक कथा 'लघुकथा' या प्रकारात बसणाऱ्या आहेत. लघुकथा या प्रकाराची समज छायाजींना उत्तम आहे आणि लघुकथेच्या घाटाकडे त्यांचं खास लक्ष आहे, हे कथा वाचताना जाणवतं. लघुकथेच्या अंतर्गत 'डिझाईन'चं भान त्यांची कथा खास करून ठेवताना दिसते.

पात्रांच्या अल्पकालीन मनोव्यापारांचं चित्रण; त्याचा एखादा तिरकस, पण अर्थपूर्ण वळसा लघुकथा दाखवते. तसाच प्रयत्न छायाजी या बहुतेक कथांतून करतात. तो प्रयत्न प्रगल्भ असतो. मनोव्यापारांचं हे दर्शन प्रगल्भ असतं.

लघुकथा आणि मनोव्यापारांचं दर्शन या दृष्टीनं 'स्पर्श', 'सुरुवात' या कथा उत्तम लघुकथा समजायला काहीच हरकत नाही.

मनाचे पापुद्रे उलगडण्याचा, मराठी कथेत एके काळी आत्यंतिक बोकाळलेला बाष्कळ प्रकार मात्र इथं नाही, हे विशेष. आहे ते मनोव्यापाराचं समंजस, प्रगल्भ आणि लघुकथेसाठी आवश्यक तेवढंच दर्शन.

छायाजींच्या या संग्रहातल्या बहुतेक लघुकथा व्यक्तिजीवनातले अनुभव चितारणाऱ्या आहेत. एका माणसाचं मन चितारणाऱ्या आहेत. व्यक्तींच्या अनुभवांना सामाजिक बाजू असते आणि ती अर्थपूर्ण असते, हे तिला समजलेलं असणारच; पण त्यांनी ही बाजू कथाविषयाच्या परिघाबाहेर ठेवलेली असावी असं वाटतं. 'शिक्षा' या कथेत ही बाजू थोडीशी त्यांनी लक्षात घेतली आहे. एका शिक्षकाच्या मुलीचं प्रेम हा त्या कथेचा विषय. कुणा एकापासून तिला दिवस गेलेत अशी कुजबुज सुरू होते व तिला ते असह्य होऊन जीव देते. प्रेताचं पोस्टमॉर्टेम होतं. पण गर्भाशयात मूल वगैरे काही नसतं. ते कोरं असतं. या कथेचा शेवट करताना छायाजी लिहितात.

'भोवंडून तिच्या गर्भाशयाची पिशवी माझ्यापुढे फिरू लागली.

निष्पाप गर्भाशय

निष्पाप कुसुम.

... अन् बाहेरची गर्दी.'

छायाजींनी टाकलेला शेवटचा प्रकाशझोत या बाहेरच्या गर्दीवर आहे. निष्पाप कुसुमच्या मृत्यूला कारणीभूत आहे ती ही बाहेरची गर्दी. या निष्पाप कुसुमचा मृत्यूकडे फरफटत प्रवास झाला. त्या अनुभवात मोठा वाटा आहे, तो या बाहेरच्या गर्दीचा. म्हणजे सामाजिक वास्तवाचा. व्यक्तिजीवनाच्या 'वैयक्तिक' अनुभवांना विकृत आकार लाभतात. त्यांना शोकांत स्वरूप लाभतं, त्यात सामाजिक वास्तवाचा मोठा भाग असतो. तोच महत्त्वाचा असतो, असं मी मानतो– माझ्यातला लेखक मानतो. माझ्या कथांतील पात्रांचं अनुभवविश्व किंवा त्यांचे जीवनानुभव मला कधीच त्यांच्या भोवतीच्या सामाजिक वास्तवापासून तोडता येत नाहीत. निव्वळ पात्रांच्या मनोव्यापारांचं दर्शन घडवून ज्या लेखकांचं भागतं, त्यांची गोष्ट वेगळी. माझं भागत नाही. कारण, मला तसं करणं अपुरं वाटतं.

छायाजींच्या बहुतेक कथांतील पात्रांच्या मनोव्यापारांचं दर्शन त्या पात्रांना सामाजिक वास्तवापासून तोडून होतं आहे असं मला वाटलं. पात्रांच्या जगण्याला चिकटलेलं सामाजिक वास्तव महत्त्वाचं आहे, असं लेखकाला वाटलं, की त्याला त्या वास्तवाकडे बघण्याचा दृष्टिकोनही स्वीकारावा लागतो, अशी माझी भूमिका आहे.

छायाजींची अशी काही भूमिका असेल, असं त्यांच्या या संग्रहातील कथांवरून वाटत नाही. माझी भूमिका त्यांनी स्वीकारावी, असा माझा आग्रहही नाही. पण व्यक्तिजीवनाच्या अनुभवांची सामाजिक बाजू लक्षात घ्यावी, असं त्यांना वाटलं, तर त्या यापेक्षा निराळी कथा वाचकांना देऊ शकतील. कारण साहित्य निर्मितीसाठी आवश्यक अशी समजुतीची प्रगल्भता या कथासंग्रहात सर्वत्रच व्यापून राहिलेली आहे.

– ह.मो. मराठे

कथानुक्रम

१

व्रण

मिसरूड फुटून साधारण दोन-तीन पावसाळे गेल्यावर ती मला दिसली. दिसलीच. कारण आपल्याबरोबर सिनेमातल्यासारखं व्हावं-घडावं, असं वाटत असतं; पण घडत नसतं. किंवा कॉलेजमध्ये एखाद्या फंक्शनला वीज चमकून जावी, तशी तर ती अजिबात दिसली वगैरे नाही.

पण जेव्हा ती दिसली, तेव्हा वाऱ्याचा एक मोठा झोत, चिकट-उन्हाळ दिवसाला पडद्यासाखा लगटून जावा, तसं झालं. गडद राखाडी ढगांखाली हिरवीगर्द झुळझुळती पालवी लवावी, तसं वाटलं.

बहिणीकडे आली होती. बहुतेक गृहपाठ वगैरेसाठी. अगदी साधी अन् साधारण.

पण एक जाणवलं. तिचं मुक्त हसणं. तिच्या हसण्याचा आवाज ऐकला, म्हणजे पाऊसभरल्या फांदीला हलवलं, की थेंब पडून जसं वाटतं, तसं ओलं ओलं झाल्यासारखं वाटलं– निर्मळ, स्वच्छ, बंधमुक्त.

तिच्या हसण्यावरूनच मी तिला माझ्या मनात आखली आणि रेखली. हसताना ती मान मागे टाकून हसत असे. असं हसताना तिच्या मुक्त केसांतला वारा पिसापिसा होत असेल.

ती साधारणशी दिसली, पण औत्सुक्याचा काळच होता, म्हणून पाहिली. आत खोलीत कॉटच्या टोकावर बसून ती बोलत होती. आत गेलो. ती आतून आकसल्यासारखी झाली. मान खाली घालून बसली. उगाचच जेवढे म्हणून चाळे करता येतात त्यातले– बोटं चाळवणं, वही चाळणं, बांगड्या चाळणं – सगळे सुरू झाले, तसं आपण हिंट घेऊन बाहेर.

धाकट्या बहिणीला विचारायला गेलो तर ती खट. जाऊ द्या म्हटलं; पण मनातून जाईना.

ती आत असली, की बाहेर बसावं. तिचं विमुक्त हसणं ऐकावं. बिनधास्त बोलणं ऐकावं.

हे एक अप्रूपच झालं.

मग वृत्ती नको तितकी शोधक झाली. नाव-गाव समजलं.

रस्त्यात, कॉलेजात, बसमध्ये, सिनेमात एकसारख्या कमानदार भिवयांच्या पोरी गुळगुळीत गोट्यांसारख्या घसरून जाऊ लागल्या. चौरस्त्यात सायकली-स्कूटरींना रेलून तासन्तास घालवायचो. त्यातला इंटरेस्ट बराच कमी झाला. कंपाऊंडच्या भिंतीवर पाय हलवत बसून राहायचं, म्हणजे एक सवयीचाच भाग. बाकी इंद्रधनुषी रस्त्यांवर कुठल्याच रंगात मन रंगत नाही, असं वाटायला लागलं.

आरशासमोर भांग पाडताना कंगवा डोक्यावर थांबवून या सगळ्या गोष्टींचा साकल्यानं विचार करणं भाग पडलं.

तेव्हा गाडी नको त्या रस्त्याला जायला लागली की काय, ही भीतीही आली. आधीच घरातून रोज मिळणाऱ्या नैतिक भाषणांचा परिणाम असेल, पण नको तिथं डोकं म्हणून जास्त पुस्तकं वगैरे वाचायला सुरुवात केली.

त्यातही थ्रिल असल्याचं जाणवलं. पोक्त बोलणं वगैरेही सुरू केलं. तसं बरंच रिस्पॉन्सिबल वगैरे माणसासारखं वाटायला लागलं. मग उत्तम विचार– मुख्य म्हणजे स्वच्छ विचार करणं सुरू केलं. तेव्हा विचार स्वच्छच असल्याचं जाणवलं.

याचा एक फायदा होता. डोक्यावरचं एक नैतिक टेन्शन कमी झालं.

तर सहा-एक महिन्यांनी तीही रुळली. पहिल्यांदा जशी मिलीपीडसारखी गुंडाळून वागायची, ते संपलं. धाकट्या बहिणीसारखी दादा वगैरे म्हणायला लागली.

चूक वाटलं नाही. उलट, जास्त शुभ्र वाटलं. काहीतरी बरंच मोठं ओझं आपल्या खांद्यावर आहे, कुणाची तरी जबाबदारी आपल्यावर असावी तसं.

पण धाकट्या बहिणीबद्दल असं कधी वाटत नाही, हा विचार करण्याचं बहुधा वय नव्हतं.

तर ही जबाबदारी मी ऑफिशियल ठरवून टाकली. पण यात चूक काय आहे? प्रत्येक माणसाला समोरच्या माणसाबद्दल मत ठरवता येतं. अगदी स्वतंत्र. सगळ्यांचीच मतं वेगळी. आपल्यासारखाच विचार दुसरा कसा करेल?

अर्थात घरातल्यांच्या कोष्टकात हे बसलं नाही किंवा बसवलंही नाही.

आपली वाट; आपली मतं आणि आपलं वागणं– हे सगळं आपलं; म्हणून बिनधास्त–

ती आली की चिकार बोलायचं. वाक्यातून वाक्य वाढवायचं अन् वाढायचंही. विषयांना पाय फुटायचे. त्यांच्या वाटांनी आपण जायचं. वेगळ्या वेगळ्या गोष्टी बोलायच्या. बोटावर सहज किल्ली फिरावी, तशा सगळ्या गोष्टी घुमायच्या. किती जणांच्या फिरक्या ताणल्या जायच्या. गाल दुखेतो हसायचं. प्रसंगावरून प्रसंग काढायचे. घड्याळाला पाठ करून बसायचं.

तीही हसायची, बोलायची. सलग सूत निघावं, तसं बोलणं चालायचं. छताकडे कधी पाहावं लागलं नाही, की संभाषण चालू ठेवण्यासाठी खाकरून विषय काढावे लागले नाहीत.

हाताशीच असावं अन् उचलून चालायला लागावं, इतकं सहज.

एकूण काय. छान जमलं.

एकदा सहज घरात विषय निघाला, तसं वैतागून आई कातावली –

"कसली पोरगी, बाई! वेळेचं, जागेचं– कशाचं भान आहे का?"

मला गंमतच वाटली सुरुवातीला.

मग हळूहळू वातावरणातला बदल जाणवायला सुरुवात झाली.

तिच्या येण्यानं एकटा मीच काय तो मोकळा होतोय, बाकी अगदी कोंदल्या आभाळासारखं बसताहेत, हे कळायला लागलं.

तसं या मुलीला काय वाटेल, किंबहुना तिला तसं काही वाटू नये, म्हणून मी धडपडू लागलो. घरच्यांना रागही आलाच. धाकट्या बहिणीला आईनं चांगलीच ताणली होती. त्यामुळे ती हिला सारखी टाळू लागली. आम्ही बसलो, की धाकट्या बहिणीचा तंबोरा आणि अत्यंत शांततेत, भांडंही न वाजू देता आईचं कपाळावर आठ्या पाडीत कामं.

या गोष्टीनं खरं तर तिनं अस्वस्थ व्हायचं; पण मीच जास्त अस्वस्थ झालो. कारण तिच्यावरचे आईचे ताशेरे मला आधी कळायचे. ती मात्र नेहमीसारखीच, भरल्या ढगासारखी येऊन बरसून जायची. तिला काही कळू नये, म्हणून मी जास्तच अघळपघळ झालो.

त्याचं पर्यवसान एका मोठ्या वादळात झालं.

मित्र आणि कट्टा हा संध्याकाळचा प्रोग्रॅम. त्यातही मित्र तिचा विषय घुसडताहेत, असं वाटलं. सुरुवातीला गंमत म्हणून हसून टाळलं. पण जळू चिकटावी, तसा विषय चिकटलेलाच.

समजावून सांगण्याचं कारण वाटलं नाही. अगदी गल्लीतही जाता जाता आवर्जून थांबवताहेत अन् या विषयावर खोदताहेत, हे कळल्यावर फारच वैतागलो.

सगळ्या लोकांना आमच्याविषयी चर्चा हा बिनभांडवली धंदा झाला.

तिचं येणं छान होतं, पण त्या मुक्त बिनधास्त वातावरणात मला मोकळं होता येईना.

एकाच वेळी मोकळं आणि ताणलेलं राहणं.

– भयंकर.

शेवटी हिय्या करून तिलाच विचारायचं ठरवलं. तेव्हा ती तशीच मोकळी हसली. 'यांना घाबरतोस?' म्हणून पुन्हा बिनधास्त हसली.

स्वत:चा धिक्कार करून मीही हसलो. पुन्हा पहिले पाढे पंचावन्न सुरू झाले.

तशी सर्कसही सुरू झाली. दर वेळी येणाऱ्या प्रश्नांना, प्रसंगांना एखाद्या धीरोदात्त योद्ध्यासारखं परतवून लावणं, मित्रांनी विषय काढताच त्यांना काटणं, मुख्य म्हणजे आईच्या अन् बहिणीच्या तिरक्या-तिखट बोलण्याला न जुमानणं.

तेवढ्यात जादूसारखी एक गंमत झाली. रूपा माझ्या आयुष्यात आली.

अगदी सहज, जशी ती माझ्या जवळच होती. रूपात मी इतका गुंतलो की, तिचा मला विसर पडला, पण भेटी होतच होत्या. कुठलंच नातं नसलेलं भेटणं, मोकळं होणं, हसणं. तिला रूपाविषयी माहिती होतं; पण कुठलाही आकस नव्हता. रूपाविषयीही ती तेवढ्याच आत्मीयतेनं बोलत होती. तिला संभाषणात घेत होती. तिच्या रूपाची स्तुती करत होती. तिच्या वागण्यात कुठेही, कधीही मला छोटा डागही दिसला नव्हता– अन् रूपालाही.

एकूण आपण खूश होतो, पण सगळं सुरळीत नसल्याचा खटका खटकतच होता.

एका संध्याकाळी मी बाहेरून आलो तर ती दारात होती. दारातच भेटली; पण हसली नाही. बोलली खरी, पण गळू घातलेल्या झाडाच्या पानासारखी.

ती गरजली नाही, बरसली नाही.

घोंघावली नाही, भिरभिरली नाही.

एखाद्या वादळात उन्मळून गेल्यासारखी, जमिनीपासून तुटल्यासारखी गेली. मी चरकलो.

घरात आई-बहीण-रूपा होत्या.

विचारण्यासारखं काय होतं?

पण आत रूपाही होती, हे दु:ख मोठं.

आत घर म्हणून जोपासलेला मायापाश.

बाहेर जगायला म्हणून तयार केलेलं समाजाचं रसायन.

ठोकळेबाज नियमांचं ठोकळेबाज घर.

मग मला वाटलं, अगदी तीव्रतेनं वाटलं– इथं सगळं शिक्षण, संस्कार आणि अनुभव यानं काय दडपू पाहतोय आपण?

ती आली नाही परत. हसली तर नाहीच कधी.

तिच्या मनावर व्रण असेल खोल– जो तिचं स्वत्त्वच होऊन गेला असणार. तिच्या हसण्यातच 'ती' होती– ती गेली. अन् मी मात्र एक ठसठसणारं गळू घेऊन बसलो आयुष्यभरासाठी.

परवा तिच्या दारावरून जात होतो. मला पाहात पाहात दोन्ही हातांनी तिनं तिच्या घराचं मोडकं फाटक बंद केलं.

✦

२

पासिंग फेज

ती माझ्यासमोर सोफ्यावर बसली होती. ही नाजूक बांध्याची मुलगी मला एकदम आवडली. तिच्या कपड्यांवरून तिची निवड चांगली आहे, हे आपोआपच कळत होतं. ती आणि मी त्या खोलीत अर्ध्या तासापूर्वी आलो, म्हणून एकूण अर्ध्या तासाचीच ओळख, पण ती मला आवडली. बोलताना मध्येच ती एकदम भिवया उंच करून 'अय्या, हो?' असं प्रश्नार्थक आणि उद्‌गारवाचक एकदमच म्हणायची अन् मग आपल्या निमुळत्या बोटांनी ओठ झाकून घ्यायची. तिच्या हातांची गमतीदार हालचाल व्हायची, मग ती मोकळं हसायची, स्वच्छ – फ्रँक. हे सगळं करताना तिची मान आपोआपच एका बाजूला झुकायची. तिच्या कापलेल्या केसांची झुलपं पुढे यायची. तिच्या हालचाली मोहक होत्या. तितक्याच संयमी होत्या. मला तिचं 'अय्या, हो?' एकदम आवडलं. तिलाही ते माझ्या नजरेतून कळलंच असेल. पण एकदम फ्रँक हसणं मला जमत नाही. मी सतत किंचित हसत होते. माझं ते अ‍ॅप्रुव्हल तिला कळावं, एवढीच इच्छा.

"तुम्ही कथा लिहिता?" ती म्हणाली.

सगळ्याचा स्वर 'अय्या, हो?' असाच.

"कधी कधी."

"पण मी नेहमी वाचते."

"त्या सगळ्या कथा असतातच, असं नाही."

"मग काय असतं?"

"काहीतरी लिहिते झालं – फॉर्मलेस म्हणा हवं तर..."

"पण सुचतं कसं?"

"त्यात सुचण्यासारखं काय असतं?"

"कसं नसतं? सुचल्याशिवाय थोडंच लिहिता?"

"खरं सांगू का? सुचण्यासारखं काही नसतंच. आपल्या आजूबाजूला प्रचंड उपद्व्याप चाललेले असतात, तेच लिहिते."

"पण सगळं सत्य कुठं असतं?"

"एवढ्या उपद्व्यापातून आम्हाला एखादा छोटा दाणा दिसतो. म्हणजे एखाद्या अवाढव्य वस्तूचा एखादा कणच म्हणा ना. तो आमच्या मनात रुजतो."

"अय्या, कसा रुजतो?"

"सांगून थोडाच रुजतो? मग तो तिथंच राहतो. खूप दिवस. कधीकधी वर्षही."

"मला हे एकदम गूढरम्य वाटतं."

"हे गूढ वगैरे काही नाही. अगदी सरळ सोपं आहे."

"पण त्याला विचार करावा लागत असेल."

"छे! छे! काहीच नाही. जे पाहाते, ते लिहिते."

"इम्पॉसिबल! तसं झालं असतं तर सगळेच नसते लिहायला लागले?"

"पण तुम्ही एक लक्षात घ्या. खरंचच सगळेच लिहू शकतात."

"अगदी मीसुद्धा?"

"हो तुम्हीसुद्धा! काय अवघड आहे? भाषा येते. लिहिता येतं. अनुभव आहे. सांगायचाही आहे. मात्र सांगावासा वाटला पाहिजे हं."

"पण असा अफलातून अनुभव आला, तरच सांगणार!"

"का? किती छोटा अनुभव आहे पाहा. तुम्ही जेवायला बसला तर रोज ताटाजवळून मुंगी जाते का? नाही. ती कधीतरी गेली. तुम्हाला काय वाटलं?"

"त्यात काय वाटायचंय?"

"वाटलंच पाहिजे. म्हणजे दुर्लक्ष नाही केलं, तर!"

"अन् दुर्लक्ष केलं, तर?"

"तोही वेगळा अनुभवच असणार! कारण मनानं ठरवूनच तुम्ही हे करणार, म्हणजे त्यात तुम्ही झाला की नाही इन्व्हॉल्व्ह?"

"अदरवाइज काय?"

"तुम्हाला किळस आली, इन्डिफरन्ट वाटलं, भूतदया आली. तिचा तिचा शेअर खाऊ द्यावासा वाटला. किंवा देवाच्या लेव्हलला नेऊन ठेवायचं झालं तर तिला आपल्या लेव्हलला आणणं किंवा आपण तिच्या लेव्हलला जाणं. यापैकी काहीतरी एक."

"अय्या! गंमतच आहे!"

"गंमत तर आहेच. तिला तुमच्या लेव्हलला आणलीत, तर मग तिच्या फिजिकल नीड्सपासून म्हणजे पोटाचा वीतभर खळगा वगैरे इथपासून तिच्या

साइकपर्यंतचा विचार आला. तितकं तुम्ही खाली गेला, की न जेवता उठून जावं, इतकं ॲनिमल लेव्हल जाणवतं, हो की नाही?''

''मला समजतच नाही बाई! हाऊ मार्व्हलस! मी कधी विचारच केला नाही.''

''उलट आहे. तुम्ही फार विचार केला असणार. अगदी डोक्याला हात लावून नाही, तरीही स्पर ऑफ मोमेंटमध्ये करतच असणार.''

''म्हणजे अगदी लाईटनिंग सेन्सेशन होतं का हो?''

''हॅं हॅं! तसं वगैरे मला तरी नाही. वीज सळसळून वगैरेसारखं विचारांचं होत नाही.''

''पण मला वाटतं.''

''कधी वाटतं तसं?''

''परवा बघा, मी माझ्या पिंकीला खेळणं आणायला गेले. एकदम महाग होतं, पण तिचा हट्ट होता, म्हणून घ्यावं म्हटलं. तेवढ्यात दुकानाच्या दाराशी अगदी गरीब मुलं आली. तो दुकानदार त्यांच्यावर ओरडू लागला. मला इतकं कसंतरीच वाटलं; अगदी स्वस्त खेळणं पसंत करून मी घरी आले.''

''यू मीन गिल्टी?''

''सॉर्ट ऑफ... पण फार खोल आणि अस्वस्थ करणारं.''

''हे तुम्ही लिहिलं, की झाली कथा.''

''अशी कशी होईल.''

''दुसरा विचार करा. ती मुलं हातचलाखही असतील.''

''अं ऽ ऽ सांगता येणार नाही बाई. आजकाल काही कळतच नाही.''

''हो ना. नाहीतर तुम्ही त्यांना एखादं खेळणं घेऊन दिलं असतं.''

''द्यायला पाहिजे होतं, असं आता वाटतं.''

''म्हणजे भूतदया वगैरे आलं.''

ती खुश झाली. म्हणजे इन्स्टिंक्टिव्ह असं काहीतरी तिला वाटलं, पण तिचं समाधान झालं नव्हतं. फारच क्युरियस होती. मी जे सांगते, त्यावर तिचा विश्वास बसत नव्हता. दोनदोनदा दागिना पारखून घ्यावा, नोट चिमटीत धरून एकच आहे ना याची खात्री करावी, तसं काहीसं.

मी कंटाळले नव्हते. फारच इंटरेस्टिंग होतं. फारसं सुरस वगैरे नसेल, पण काही लोकांशी फालतू गोष्टीही बराच वेळ बोलाव्याशा वाटतात. मी काही कथा वगैरे लिहून मोठी झाले नव्हते. एरवीच वर्ष गेल्यानं आलेलं मोठेपण. पण तिच्या मोठेपणात निरागस भाव होता का ती भासवीत होती? मला कन्फर्म करायचं होतं. नाहीतर तिच्या त्या 'अय्या, हो?'वर मी सेंट परसेंट कुर्बान होणार

होते. म्हणजे जेव्हा जेव्हा मी इनोसन्स ॲट लेटर स्टेज ऑफ लाईफवर बोलणार होते; तेव्हा. तेव्हा मग तो भलाही कसा असो, फक्त नॅचरल पाहिजे.

ती बहुधा कंटाळली नव्हती. तिच्या चमकदार डोळ्यांतून ती उत्सुक दिसत होती.

"बरं, मला सांगा, अनुभव कसा लिहिता?"

"हॅत तेरे की! इसकी टोपी उसके सरपर. बस्स! एक सिच्युएशन आहे. त्यात फिट किंवा अनफिट कॅरेक्टर घाला."

"यू आर जोकिंग."

"ऑफकोर्स आय ॲम! पण हे खरं आहे. ओरिजिनल ओरिजिनल म्हणणाऱ्या प्रत्येकानं माणसांच्या सर्वांगांनी सर्वानुभूत घेतलेल्या अनुभवाशिवाय काय लिहिलंय? सांगा."

"मग स्टोरी ब्लेन्ड कशी करता?"

आता माझा मूड बदलला. हो जाय गंमत! वेळ आहे. समोरच्याला पाहिजे ते करायचं.

"एक गोष्ट सांगू?"

"कोणती?"

"कोणती-बिणती नाही. इथं तुमच्यासमोर तयार करू का? लेट्स प्ले आऊट. तेवढीच गंमत."

"अय्या, हो? चालेल."

"हे बघा, आता तुमच्यासारखी एक मुलगी घ्या. म्हणजे सुंदर वगैरे... म्हणजे आजपर्यंत ट्रॅडिशनली जिला चांगलं म्हटलं जातं, तशी. आता तिला एका सिच्युएशनमध्ये आणा. वेल टु डू फॅमिलीत. चालेल?"

"चालेल."

"ठीक! ती तशी हुशार, चतुर वगैरे. पण फार मनाला लावून घेणारी. तुम्ही आता ती खेळण्याची गोष्ट सांगितली ना, म्हणून बरं का. तर ती चांगल्या घराण्यातली मुलगी, कॉलेजात जाणारी. तिला एक मुलगा भेटतो."

"म्हणजे? लव्ह-स्टोरी?"

"बोअर, पण तसंच. कारण संपूर्ण लाईफमधली ती एक फेज आहेच की, फक्त महत्त्व कमी-जास्त, इतकंच."

"बरं पुढे?"

"तो पोलिओनं एक पाय गेलेला, कुबडी घेऊन चालणारा. कॉलेजमध्ये जवळजवळ दुर्लक्षित. मुलींनी पाहण्याचा तर प्रश्नच येत नाही, पण हुशार. लिहिणारा-गाणारा वगैरे. तर त्या मुलीचा दिसण्यापेक्षा कर्तृत्वावर जास्त

विश्वास अन् प्रेम.''

''ब्रेव्हो! फार इंटरेस्टिंग आहे.''

''ती प्रथम भेटते. कशी, ते सांगत नाही. ठरवायचं, पुन्हा भेटते. म्हणजे योगायोगच वगैरे. पुन्हा भेटते.''

''म्हणजे आता आपण क्रक्स ऑफ द मॅटरला आलो. इथं थोडं थांबू. प्रेम हं. ही द्विधा, थोडीच, पण जास्त जवळ आल्यानं म्हणा, की त्याच्या गुणांनी म्हणा, ठाम होत गेलेली.''

सांगता सांगता माझं तिच्याकडचं लक्ष संपलं.

''एकदा-दोनदा कितीदा तरी त्याच्याबरोबर ती त्याच्या लंगड्या पायानं फिरलेली. कॉलेजच्या ग्राऊंडवर, बागेत. हिरव्या बहरात चालताना त्याच्या वेदना जडावणार म्हणून जपून जपून वागणारी. त्याला मायेनं वागवणारी. सॉर्ट ऑफ प्रेम आणि अॅफेक्शन असं काहीसं. मनोमन त्याला साथ द्यायचीच हे ठरवलेलं.''

''पावसाळी दुपारच्या नीरव शांततेत, हिरव्या ओल्या खोडांना पाठ लावून त्याच्या जवळ बसली, तेव्हा कुठंतरी खोल ती ओल जाणवली. त्याच्या हातांनाही ओल जाणवली अन् झटकन जाणवलं वेगळंच– जे कधी जाणवलंच नव्हतं. त्याचा विचारही नव्हता, असं. त्याच्या राकट हातांतून धडपडून उठताना, त्याच्या पिसाट डोळ्यांतून वाहणाऱ्या मदाला झिडकारताना, त्याच्या लुळ्या पायाची किळसवाणी, केविलवाणी हालचाल पाहताना जाणवलं, ते फक्त त्याच्या हाताचं सहस्त्र हत्तींचं बळ... मग जीव सुसाट घेऊन पळताना ती अडखळून पडते...''

मी सांगता सांगता सहज वर पाहिलं. तिचे डोळे भरलेले होते, मुठी आवळलेल्या होत्या. ओठ पांढरेफटक पडलेले. मला वाटलं, ती फुटणार– माझ्यावर कोसळणार. त्या अनपेक्षित दृश्याकडे मी स्तंभित होऊन पाहात होते. मी बोलले नाही. कुठली सिच्युएशन अन् कुठलं कॅरेक्टर. हे आधी अनुभवा किंवा नंतर. किंवा अनुभवहीन. ही काल्पनिक पात्रं. काल्पनिक घटना. ती अनुभवायची किंवा आधी पाहायची. पाहून अनुभवायची किंवा अनुभव घेऊन पाहायची. यू एक्स्पीरिअन्स फर्स्ट ऑर आफ्टरवर्ड्स...

मी ओशाळले. खाली मान घालून पुटपुटले.

''यू सी, आय वॉज जस्ट टॉकिंग अबाऊट अ पासिंग फेज.''

पुटपुटून मी थांबले. तिच्या चेहऱ्यावरच्या भावांनी माझ्या गोष्टीतल्या नायिकेचे अनुभव मला थांबवता येईनात. ती अजूनही तिच्या त्याच्याबरोबरच्या गत आयुष्याबद्दल विचार करत होती. ते सहजीवन किळसेने आठवत होती.

त्याच्या दुर्लक्षित आयुष्यावर विचार करणारी. कधी समुद्राच्या दगडांवर

समोरासमोर बसून गाणं म्हणणं, अन् गुळगुळीत धोंड्यांवरून त्याच्या कुबडीला पूर्ण आधार देणं. कधी हॉटेलच्या लॉनवर त्याच्या कविता डोळे भरून ऐकणं, डोळ्यांना अगदी मोकाट सोडणं डोळ्यांशी भिडताना संकोच सोडणं अन् या सुगाव्याचा बाऊ होऊ नये म्हणून नंतर लाइट जोक करणं; त्याच्या सावळ्या रंगावर मनमुराद खुश असणं अन् तो मर्दाचा गुण समजणं. जेव्हा जेव्हा सिनेमाची भावुक गाणी लागतील, त्या त्या वेळी डोळे भरून आणणं. त्याच्या सगळ्या गुणांना गडद गडद करून अन् हे करीत असताना मनाच्या कोपऱ्यात हळवं होत राहणं...

♦

३

पराभूत

लोकांचे भाबडे चेहरे. अपरिमित भक्तिभाव. स्वत:च्या स्वार्थासाठी का होईना, पण एखाद्यापुढे स्वत्व गमावून लीन होणं.

तिला गलबलून आलं.

देवाच्या नावाचा उदंड, कान भरून टाकणारा अन् भोळ्या भावनेनं ऊर भरून येणं. तिला क्षणभर स्वत:चीच लाज वाटली.

टाळाचा गजर चालला होता. अबीर-गुलालानं हवेलाच धुरकटलेपण आलेलं. प्रचंड कोलाहल. गर्दी... भजनांचे आवाज. रेटारेटी.

पुरुषांच्या अन् बायकांच्या रांगा, पोलीस, काठ्या, ऊन, दोऱ्यांच्या रांगा, फुलं, नारळ, फुलांचे कुजमटलेले हार, उदबत्तीवाल्याचं ओरडणं, त्रस्त चेहरे, घामटलेली अंगं, सतत शेजाऱ्याला खेटणाऱ्या बाया, रडणारी, ओरडणारी छोटी पोरं, भाबडे-भाबडे चेहरे...

साऱ्या सकाळची यशोदा उभी होती. पायानं रग धरली होती. पाठीच्या पन्हाळीतून, कानाच्या मागून घामाच्या ओळी. पाठीवर घामाचा चांदवा. पुसायला फुरसत नव्हती. हालचाल करायला जागा नव्हती. इकडे पोलीस दोऱ्यांना हात लावू द्यायचा नाही आणि हात-पाय हलवतच मागची बाई तुसड्यासारखी घुसमटायची.

मग जसजसा वेळ जाऊ लागला तशी यशोदा वातावरणाचाच भाग झाली.

धूळ. माणसं. घुसमट. गोंधळ. एखाद्या निबिड अरण्यात एकट्यानंच वावरावं तसं. एकाकीपणाच्या विलक्षण सावलीनं ती वेढली.

गेल्या पंधरा वर्षांत ती हेच करीत होती. साऱ्या सकाळधरनं धरल्यासारखं उभं राहणं. सगळ्या शरीराची अळी होऊन बसणं– तक्षकाची वाट पाहात.

पंधरा वर्षांखाली दीड वर्षाच्या धनूला टाकून सदा गेला, तसे हेच उद्योग. लग्नात तरी वेडगळच होता की तो. एवढी रेशमाच्या लडीसारखी यशोदा,

पण भावली नाही त्याला. तिचे लांब, मऊ, दोन्ही दोन्ही हातात न बसणारे केस हातात धरून सासू म्हणायची,

"एवढा सोन्याचा तुकडा दिला हातात, पण शेण खायची सवय गेली पाहिजे ना!"

यशोदाला तेव्हा काहीच नाही वाटायचं. सासूचं कावणं, सुस्कारे, सारखं 'बाई, जप गो त्याला' असं म्हणत राहणं. काहीच समजलं नाही.

सदा उमदा होता. उंच, गोरा, रुंद छातीचा. मऊशार केसांतून बोटं फिरली तर पावसात गच्च झाल्यासारखं व्हायचं. सरळ नाक. काळजातून आरपार जाणारे डोळे! सगळं कवेत न मावणारं वैभव.

तिला तो सोडून जाईतो काही कळलंच नाही!

सगळं सुख होतं. घरदार, नोकर-माणसं, वाड-वावर सगळं. नेटानं सावरणारी सासू अन् फुलांच्या राज्यात नेणारा सदा. पण सासू गेली. सगळा डाव फिसकटला.

रोज सदा पूजेला बसायचा अन् माळणीची सरू फुलं आणायची. एका बाजूला स्वयंपाकघर. मग ओसरी. ओसरीला लागून मोठं देवघर. देवाचं मोठं घर. अन् आडोसा करून देवासाठी खास खोली करून घेतलेली. गाभाऱ्यासारखी अंधेरी.

यशोदाला धनू लहान होता. ओसरीच्या दुसऱ्या टोकाला स्वयंपाकघराला लागून बाळंतिणीची खोली. देवघरातल्या गोष्टी देवघराच्या अंधारातच राहिल्या.

कधी-मधी सासू म्हणायची –

"कशी गं भोळी तू! अगं सापासारखा चपळ नवरा आहे तुझा. पाठीला डोळे ठेवशील अन् भिंतीला कान ठेवशील तरच निभेल."

एकदा कोळ्याची गंगी आली घरी, तेव्हाची गोष्ट. यशोदा बाळंतपणातून उठलेली. पिवळ्या सोनसळीसारखी ओसरीला आली. तशी अवाक् झालेली गंगी म्हणाली,

"अशी रूपवंतीका घराला हाय, पर काय म्हणावं बया नवऱ्याला? दिवसाचा बगीचा सुटंना!"

तशी यशोदा खनपटीलाच बसली. सांग काय ते म्हणून.

जे कळलं, त्याने ती हादरली. संताप, अस्वस्थता आणि मुख्य म्हणजे स्वत:च्या रूपाचा पराभव.

"काय कमी केलं याला, म्हणून उंबरे झिजवीत हिंडतोय?"

एखाद्या हेरासारखं नवऱ्यावर लक्ष ठेवणं. त्याला आडवेतिडवे प्रश्न विचारणं. तो बाहेर निघाला, की हटकणं. संतापानं पोराला न घेणं. आदळ-आपट. त्याच्या

मागं घटनांचे धागेदोरे जोडीत राहणं. संतापानं तिचे डोळे फणफणायचे.

पण तितक्याच चपळाईनं अन् शांतपणे सदा सगळ्या गोष्टी करायचा. त्याच्या विळख्यात यातला एकही संशय तिला यायचा नाही. दोन-तीन दिवस सुधे जायचे. पुन्हा तेच. त्याची पाठ फिरली की ती तिरीमिरीला यायची.

त्याला ओरडावं, त्याचे कपडे फाडावेत, त्याला टोकदार नखांनी ओरबाडून काढावं, तिला फसवणारा त्याचा चेहरा टरटरा फाडून नागवा करावा– अनेक विचारांचं थैमान तिच्या डोक्यात चालायचं.

रोजचा दिवस कुढण्यासाठी, रडण्यासाठी, संतापण्यासाठी होऊन बसला. जगण्याची आस नाही अन् पोराच्यामुळं मरवत नाही, अशी अवस्था.

एखाद्या महारोग्यासारखं झडत झडत रखडत जगणं.

त्यात भर म्हणून सदा एका बाबाच्या नादाला लागला. आता ओसरीला सारख्या उदबत्त्या अन् धुपाचा सुकाळ. गुलाल, नारळ, फुलं, काहीच न समजणाऱ्या भोळ्या बायका. किरकिरी पोरं, गिचमिड चेहऱ्याचे बाप्ये. साऱ्या संसाराचा असा तमाशा.

रात्रीला अफू.

दिवसाला देव. रात्रीला देवी.

कंटाळून यशोदा माहेरी गेली. हाय खाऊन सासू मेली. ओसरीला आलेला 'बाबा' घरदार गिळून पसार झाला. अन् रुबाबदार, उभाड अंगाचा सदा नाहीसा झाला.

कोणी काही सांगावं, कुणी काही. कुणी म्हणावं भीक मागतोय. कुणी म्हणावं गोसावी झाला. कुणी सांगितलं, फार मोठा संत झालाय. जे सांगितलं, ते ऐकावं अन् ओल्या रेघेचा माग घेतल्यासारखं यशोदानं भिरभिरावं. ती रेघ कुठंतरी पुरीच वाळून गेलीये म्हणून घरी यावं.

एकच ध्यास. आता डोक्याच्या पदराखाली रुपेरी ऊन आलंय अन् धनूच्या ओठावर काळी रेघ उमटलीय.

आज या रेटारेटीतही ती उभीच होती. रांग पुढे धकलली होती. ऊन चांगलंच तापलं होतं.

चार-सहा दिवसांमागं शेजारच्या लीलाबाईनं सांगितलं,

"अहो, कुणी गहिनीबाबा आलाय म्हणे! तुम्ही गेला होता का? फार चांगलं भविष्य सांगतात. माणूस समोर आला, की त्याच्या मनातलं सांगतात. सकाळी मौन असतं तीन तास. त्यांच्या अंगाऱ्यानं गिरिजाच्या पोराचा ताप कमी झाला. अहो, पंधरा दिवस किती डॉक्टर पाहिले त्यांनी. पण नाही गुण आला. तिथं गेल्यावर बाबांनी फक्त पोराकडं पाहिलं. जवळचा अंगारा कपाळी लावला अन्

उचल म्हणाले!''

वठलेली यशोदा पुन्हा पालवली.

'हाच असेल का?'

दर वेळी तोच जीवघेणा खेळ! दर वेळी माग काढत गेल्यासारखं भिरीभिरी फिरणं. सगळा भूतकाळ पिच्छा न सोडल्यासारखा, सावलीसारखा चिकटून अन् पुन्हा सदाला भेटण्याची तीव्र इच्छा.

का?

या प्रश्नाला उत्तर नव्हतं. पंधरा वर्षांच्या धनूच्या लेखी बाप केव्हाच मेला होता अन् यशोदेच्या समोर अजूनही पंधरा वर्षांपूर्वीचा तरणाबांड सदा उभा होता.

नंतर गिरिजा भेटली. तिनंही तेच सांगितलं.

कधी कधी वर्तमानपत्रांत त्याच्या प्रवचनांविषयी यायला लागलं. जोर धरलेल्या रोपासारखा यशोदेचा निर्णय व्हायला लागला.

''झालं. हे आता शेवटचंच. नको ते दर वेळेला भ्रमून, वैतागून परत येणं. जगाला न दिसणाऱ्या, रात्रन्‌रात्र डोळे फोडणाऱ्या वेदना.''

– अन् ती रांगेत सकाळधरनं उभी राहिली.

रांग मुंगीसारखी स्टेजजवळ गेली, तसे 'महाराज' स्पष्ट दिसले अन् यशोदेच्या पायांतलं बळच गेलं. हातात धरलेलं फुलांचं ताट थरथर कापायला लागलं. तळहात घामानं भिजून गेले. ते मंदिर, माणसं, गर्दी – कशाचं काहीच कळेना.

सदा!

सदाच होता. यत्किंचितही न बदललेला सदा! तिला उभं रहावेना. बसणंही शक्य नव्हतं. परत पुन्हा पळून जाणंही हातात नव्हतं.

''इतक्या अधीर रात्री आपण ज्याच्यासाठी घालवल्या, डोळे बाहेर येईतो वाट पाहिली, दारोदार हिंडलो, सगळे योगी-जोगी-ढोंगी पाहिले. अन् आज हा दिसला, तर पळून जावं, असं का वाटावं?'

पण त्याच्या त्या हसण्यानं, बायकांकडे पाहणाऱ्या नजरेनं ती एकदम ताठरली.

'माझ्या विनाशाला हाच कारणीभूत आहे !'

दहा हत्तींचं बळ तिच्या संतापानं घेतलं.

यशोदेनं पायावरचं डोकं उचलून महाराजांच्या नजरेला नजर दिली, तसे ते चमकले.

विजेच्या वेगानं यशोदा बाहेर पडली. तरातरा चालत राहिली. रस्ता, माणसं, रहदारी, काळ, दिवस सगळ्याचा विसर पडलेल्या भ्रमिष्टासारखी चालायला लागली.

तेवढ्यात एक शिष्य तिच्या पाठोपाठ धावत आला.

"बाई, बाई, तुम्हाला गुरूमहाराजांनी बोलावलंय!"

संतापानं तिनं त्याला झटकलं. पण पुन्हा सावरली. सदाला धोधरून काढावं, या एकाच उद्देशानं परतली.

बाहेरच्या बाजूला अनेक शिष्य-शिष्या बसलेल्या होत्या.

पाल अंगावर पडल्यासारखा यशोदाचा चेहरा झाला!

अजून तेच!

आतली खोली शांत होती. आवाज-गडबड काही नाही – समोरच्या मोठ्या चौरंगावर मृगजिन होतं. सदा एखाद्या राजपुत्रासारखा बसला होता.

"बस यशोदा."

"ओळखलं तर?"

"अजूनही तितकीच रागावतेस? छान!"

"यात छान काय आहे? माझ्या आयुष्याचं वाटोळं केलंस, ते छान आहे होय? स्वत:च्या पोराला अनाथ केलंस, ते छान? निर्लज्ज!"

तिला बोलवेना. कित्येक रात्री तिनं चिडून चिडून त्याच्यावर तोंडसुख घेतलं होतं. न श्वास घेता, धुमसत, कोंदत त्याला जाब विचारले होते. त्याच्या तोंडावर थुंकली होती. त्याची निर्भर्त्सना केली होती. कुठं गेलं ते बळ?

आयुष्यच उद्ध्वस्त होऊन गेल्यासारखी. पेळूसारखी झाली ती.

त्या क्षणी तिला वाटलं –

इथं थांबणं नको. जे नशिबी होतं, ते झालं. तो मेलेला नसावा, म्हणून सारं हिंडणं, मठ धुंडाळणं. आता सगळं झालं. जे झालं, ते कुंकवासाठी! त्या मेलेल्या कुंकवापेक्षा तर प्रत्यक्ष मेलेलाच बरा होता. निदान तेव्हा तो त्रासात असेल, आजारी असेल, म्हणून माया तरी फुटायची.

पण आता मायाच आटली एकदम. पोराला जन्म देऊन वांझपणा घेतल्यासारखी बसली एकदम.

पुन्हा दिवाभितासारखं रात्री संतापानं घुमणं आलं. कुढणं आलं. रडणं आलं.

"बोलत नाहीस? कशी आहेस?"

"मेले नाही, म्हणून जिवंत आहे. शिवाय जाण्याआधी तू दिलेला प्रसाद सांभाळतेय."

"चिडतेस कशाला? एवढी नाकाची होतीस तर कशाला आलीस शोधत?" त्याचा आवाज चढला.

तिला सुचेना. आपण याला मारून का टाकत नाही?

आपला संताप आपल्याला वाट देत नाही.

ढोंगी! पाजी! एकदा गाव लुबाडलंस. आता गाव लुबाडतोस. तू सत्यानाश केलास माझा. मी तुला स्वस्थपणे जगू द्यायची नाही. तिनं दात-ओठ आवळले. फुटणाऱ्या रडण्याला कोंडून धरलं.

"का आलीस दर्शनाला?"

ती खवळली. याचं अन् दर्शन?

"दर्शनाला? देव समजतोस का काय स्वतःला! अरे तू कसला देव? तू नराधम आहेस! तुझ्या भोंदूपणाचा तिरस्कार केला मी. नाही तर गुरुमाऊली म्हणून डोळे झाकून तुझ्या बाजूला नसते का बसले? आजही तुझ्या नाही पाया पडले. ती त्या रांग लावून तुझ्या दर्शनाला उभ्या असलेल्यांच्या पाया पडले. त्यांच्या भावना कळाव्यात, एवढी लायकी आहे का तुझी? तू ढोंगी... भोंदू..."

संतापानं असं काहीबाही बोलत ती बाहेर धावली.

धपापत घरी आली अन् स्मशानातून आल्यासारखी साऱ्या दिवसभर डोळे सुजवीत रडत राहिली.

रात्री धनूलाही बोलली नाही.

राख सावडून आल्यासारखी मख्ख बसून राहिली.

शून्यात डोळे लावून भूतकाळाला पुरून टाकता येत नाही. शून्यातून भूतकाळात भिंडोळं सापासारखं पसरलं.

भाव नाही. भावना नाही. आता रडणं नाही आणि फिरणंही नाही. पिवळ्या पडलेल्या आयुष्याला गोचिडासारखं चिकटून राहाणं.

सकाळी तिची तडफड कमी झाली. निःशक्त माणसासारखी ती त्याची भेट आठवत राहिली. डोक्यात विचारांचं मोहोळ फुटलं.

निदान धनूला सांगावं. तो समजेल. पण नकोच ते!

अजून धडधाकट दिसतो. फुकटचा माज!

आज जावं का परत?

जीभ हासडावी मेल्याची!

दुसऱ्याचा जीव जाळून किती शांत बसतोय! बेशरम कुणीकडचा!

मेला. म्हणून सुटून जावं, झालं!

आपल्या मागे येईल का अजून तो? अजून करेल संसार? धनूला न मिळालेलं बापाचं प्रेम देईल का?

विचारांची भिरभिर. दर वेळी नाका-तोंडात पाणी गेल्यासारखी गुदमर. घशाच्या घाटीला रग अन् सगळ्या अंगात कळ.

तीन-चार दिवसांनी सदाचा निरोप आला. मोठी गाडी दारी आली. विनम्र भक्त. विनम्र विनंती.

वाट पाहत असल्यासारखी ती गेली. जावं की नाही, न कळून.

गाडी आलिशान हॉटेलसमोर थांबली. स्वच्छ आवार, प्रचंड रुंद काचेचा दरवाजा. सजावट. दाराजवळच्या गुरख्यानं अदबीनं सलाम करून दार उघडलं. तसं थंडगार वाऱ्याच्या झोतानं यशोदा झोपेतून खाडकन जागी झाल्यासारखी झाली.

आपण, आपला अवतार, कपडे – याचं भान आलं. कडक इस्त्रीचे कपडे, झुंबरं, मोठाले फोटो, मऊ सोफे – सारं ओलांडून एका मोठ्या हॉलमध्ये. विलक्षण शांत. थंड किमती गाद्यांच्या खुर्च्या. छताला कृत्रिम महिरपी. उंची काचपात्रं. झुंबरं. न बोलता झुकणारी माणसं.

काचपात्रात अर्धवट उमलतानाच तोडलेल्या गुलाबाच्या कळ्या.

समोरच्या दुलदुलीत खुर्चीतून सदा उठताच चार-पाच माणसं चपळाईनं पुढे झाली. राजापुढे झुकावं, तशी नम्र झाली. काहीही न बोलता.

क्षणभरच यशोदेला सदाच्या सगळ्या कर्तृत्वाचा हेवा वाटला.

पुन्हा विचारांचा गुंता झाला.

काय मिळवलं आपण? आपण केलं, ते काहीच नाही. धनाला काय दिलं असं? दोन वेळची भाकरी अन् अंगभर कपडा म्हणजे कर्तृत्व नाही.

सदाच्या इशाऱ्यावर एखाद्या स्वप्नातल्या बाहुलीसारखी ती चालू लागली. मागच्या रुंद जागेतून मखमली गालिच्यानं भरलेला जिना होता.

सदा झपझप पुढे गेला. माणसं बाजूला झाली अन् वर काय असेल, या कल्पनेनं यशोदा थबकली.

तितक्यात जिन्याखालून मघाचा ड्रायव्हर पुढे आला. तिच्याकडे पाहून गालात सहेतुक हसला. तिच्या भ्रमलेल्या चेहऱ्याकडे पाहत म्हणाला,

"जावा की. महाराज हाईत. जावा. सेवा करा. सेवा करा."

म्हणत पुन्हा हसला.

लखकन वीज चमकावी तसं यशोदेला झालं.

ती गर्रकन वळली. सगळी भ्रांत फिटलेल्या वेड्यासारखी जीव घेऊन पळत सुटली.

◆

४

मुलखावेगळा

मी दाराशी आलो. दार वाजवलं. उत्तर आलं नाही, म्हणून सरळ घरात गेलो. नाहीतरी मध्येअधे असायला या घरात आहे तरी कोण म्हणा! दोघं नवरा-बायको आणि एक मूल. ते लहान असल्यानं आईपाशीच खेळतं.

घरात गेलो. वहिनी गॅसशी स्वयंपाक करत होत्या.

"वहिनी आहेत का घरात?" या प्रश्नासरशी तंद्रीत असणाऱ्या वहिनींनी ताडकन मागं पाह्यलं. मला पाहताच त्यांच्या कपाळावर आठ्या उमटल्या– अगदी स्पष्ट.

आता बघा. नाही म्हणजे इतकं तिरसटासारखं पाहावं, असं काय आहे माझ्यात? अहो, उंची चार फूट दहा इंच, रंग काळा. वयाच्या तिशीतच सगळे केस गेलेले. तसे कल्ल्यांपुरते आहेत म्हणा!

केसांवरून आठवलं. परवा गंधे भेटला होता रस्त्यात. जाम जंजाळ आहे केसांचं. मागे कॉलेजात असताना वाचलं होतं, की मोठ्या केसांमुळं प्राण्यांना थंडी कमी वाजते – अ काइंड ऑफ इन्शुलेशन? माणूस इतर प्राण्यांच्या मानानं कमी केसाळ प्राणी आहे. पण गंधेची केस वेगळी. त्याला पाह्यलं की, 'याला केसाळ प्राण्यांच्या कुठल्या प्रकारात टाकावं?' असं सारखं माझ्या डोक्यात चाललेलं असतं.

म्हटलं,

"गंधे, कशी काय आहे थंडी?"

त्यानं चमत्कारिक नजरेनं पाह्यलं माझ्याकडे – म्हणजे मला सवय झालीय असल्या त्याच्या पाहण्याची – अन् खेकसला–

"हे काय थंडीचे दिवस आहेत?"

"नाहीत ना, पण तुला थंडीतदेखील गरमत असेल या अंगावरच्या केसांनी! आता या दिवसात काही होतं का... म्हणजे गरम वगैरे...?"

"मॅड ए साला!"

मी हसलो. गंधेला मी हे केसांचं लॉजिक समजावून सांगितलं.

"म्हणजे प्राण्यांच्या अंगावर पूर्वी भरपूर केस होते. मग कमी होत गेले. गोरिलाच्या अंगावर किती थोडे राह्यलेत बघ, आणि त्या गोरिलाचे आपण वंशज. तर आपण केशहीन सस्तन प्राणी आहोत. विचार कर."

गंधे वैतागलेला दिसला; पण म्हणाला,

"रामकर, तू विचार करतोच आहेस ना? अजून विचार कर. काय? पण आता जा."

म्हणजे घ्या.

तर मी काय सांगत होतो, की वहिनींच्या आठ्यांइतका काही मी वाईट नाही. दात पडून गेलेत; पण बेटे सुळे काही पडले नाहीत. एखाद्या गुहेच्या तोंडावर दोन सुळके असावेत, तसे आमच्या तोंडाच्या बोळक्याशी हे दोन सुळके!

परवा न्हाव्याकडे गेलो होतो. आरशात पाहत असताना एकदम ही कल्पना सुचली. न्हाव्यालाच सांगितली! नाही तर काय, आपल्याच लोकांना इमॅजिनेटिव्ह बनवायला हवं! पण न्हावी बेटा माझ्याही वर निघाला. म्हणाला,

"साहेब, तुम्ही इंजिनिअर ना? करा काही तरी बांधकाम समोर. म्हणजे तुमची अनारकली राहील थोडी चिणलेली. काय?"

वा! जिभेला सौंदर्यवतीची उपमा? हा न्हावीच देऊ शकेल. अनारकलीला कायमची बुजवली रे!

"माझ्या अनारकलीला मी पूर्ण स्वातंत्र्य दिलंय. तिला चिणवायचं कशाला? म्हणून खिंडार तसंच ठेवलंय."

बाजूच्या लोकांना कळेना. मला मजा वाटते. म्हणजे या लोकांना नेहमीच उत्सुकता असते. अन् सांगायला गेलं की मरा. जाम ऐकून घेत नाहीत किंवा नुसतंच हूं... हूं करतात.

पण आपल्याला आवडतच नाही असं. आपला मुद्दा दुसऱ्याला कळलाच पाह्यजे. काय?

एकदा एसटीतून येताना शेजारी साठीतले गृहस्थ होते. विषय निघाले. बोललो. मी काय, नेहमीच बोलतो हो! तर या गृहस्थाचं आपलं सारखं मला –

'काय, मी काय सांगतो, ते समजलं ना?' किंवा 'बरं का, ऐकून घ्या, समजलं का?'

शेवटी मी म्हटलं,

"तुम्ही शिक्षक होता का हो, पूर्वी?"

भन्नाट हसले. म्हणाले,

"नाही."

"आँ?"

"खेड्यात डॉक्टर होतो. प्रत्येक रोग्याला औषध कसं घ्यायचं, हे सांगता सांगता पुरेवाट व्हायची. म्हणजे काय, ऐकलं का? अहो, पहिल्यांदा गोळ्या सांगून नंतर पिण्याचं औषध सांगितलं, तर ते गोळ्या कशा घ्यायच्या ते विसरून जायचे. परत गोळ्या कशा घ्यायच्या, हे सांगत बसा! नंतर पिण्याच्या औषधाचंही तसंच! दोन्ही सांगितलं, तर एकही धड कळायचं नाही. काय? अशी मजा, समजलं का?"

"समजलं हो." मी खूप हसलो.

हल्ली पुढच्या दातांच्या अनुपस्थितीनं हसलं, की नुसता व्हाऽऽ व्हा असाच आवाज होतो. म्हणजे माझे दात जरा लवकरच पडले. नाहीतर त्रेचाळिसाव्या वर्षी हिरड्यांनी खायची पाळी थोडीच येते?

तर, वहिनींनी नुस्तं 'बसा' म्हटलं. मी काही बसलो नाही. आपल्याला आवडत नाही बसायला. अहो, साईटवर सतत उभं राहायची सवय, एकदा बसलं की बसलं. मग उठणं अवघड.

आता हेच पाहा ना, वैतरणेला साईट इंजिनिअर होतो, तेव्हा जे सकाळी साडेआठला जायचो, ते दोन वाजेतो उभाच. नंतर तीन ते सहा. कधी कामात कुचराई नाही. प्रामाणिक. सर्वथैव प्रामाणिक.

टपरी होती हॉटेलची. तिथं डबा खायचो. पुढे झाली आपली शेट्टीशी ओळख. आपला मुलूख सोडून परमुलखात आलेल्या त्या शेट्टीविषयी मला जाम आदर होता. सगळे त्याला 'अरे शेट्टी' म्हणायचे. मी मात्र 'अहो शेट्टी' म्हणायचो.

मला माहीत होतं, त्याची कपबश्या विसळणारी पोरं मला पाह्यलं की खिदळायची. 'शेट्टीकी बीबी आयी रे' कुजबुजायची.

शेट्टीच एकदा तापला. म्हणाला,

"अहो, 'अहो' म्हणू नका."

म्हणजे घ्या. कोणाचा आदर करायला जावं, तर हे असं होतं!

एकदा गोडीत तो म्हणाला,

"साहेब, तुम्ही वाटतच नाहीत इंजिनिअर! नाही म्हणजे तुम्ही पँट वगैरे वापरत नाही. फार साधे राहता. जास्त बोलता. सगळ्यांशी साधेपणानं वागता." वगैरे

मी घालायचो पायजमा अन् नेहरू शर्ट कायम. अहो, फार इझी वाटतं त्या कपड्यात. म्हटलं,

"शेट्टी, अरे तुम्ही घाला असेच कपडे. फार कम्फर्टेबल. आपल्या देशातल्या लोकांना सायन्स कळतच नाही." मग त्याला घाम येणं, कपड्याचं सूत, इतर धाग्याचे कपडे, त्यांचे दुष्परिणाम सांगू लागलो. तर लागला पाहायला.

या पाहण्याची एक गंमतच आहे. समजूनच घ्यायचंच नाही, म्हणजे काय?

दोन वर्षं राह्यलो साईटवर. एकदा केळकर आला तिथं. होता कॉन्ट्रॅक्टर. छोटी छोटी कॉन्ट्रॅक्ट घ्यायचा. त्याचं अन् माझं जमलं. तसं माझं कुणाशीच भांडण नाही. अगदी कामवालीशीसुद्धा! म्हणजे कारणच काय?

तर तो अन् मी बाकडं पक्कं केलं होतं टपरीत. तिथं बसायचो. एकदा तो म्हणाला,

"साहेब, तुमची कुंडली द्या. तुम्ही अजिबात पैसे खात नाही म्हणजे काय?"

दुसऱ्या दिवशी धुंड-धुंड धुंडली कुंडली. आणली. दिली त्याला. म्हटलं, बघ अन् सांग.

मग रोजच सांगायचा तो! हळूहळू लागलो मी पण ग्रह वगैरे पाहायला. शनी-शुक्र-राहू-केतू... ग्रहांच्या भेंडोळ्यात फार मजा वाटायची. गणिती माणसं आम्ही. अहो, गणितच आहे भविष्य म्हणजे!

एकदा केळकर म्हणाला,

"तू ही नोकरी सोड. तुझ्या जिवावर संकट आहे."

सोडली.

अहो, शिर सलामत तर पगडी पचास.

नंतर शेट्टी भेटला होता. म्हणाला,

"अहो फसवलं तुम्हाला केळ्यानं ! साल्यानं स्वतःचं तट्टू चिकटवलं. तुम्हाला काढलं युक्तीनं. तुम्ही फार गरीब स्वभावाचे. कसं व्हायचं अशानं?"

फसवलं, तर फसवलं. दाने दाने पर लिखा है खानेवालेका नाम... क्यूं?

ते काम सोडून बसलो, ते बसलोच! म्हणजे काय, मग नोकरी नाहीच.

हे बसण्यावरून आठवलं. सगळं –

तेवढ्यात जोशी अंघोळ करून आले.

तेही म्हणाले –

"बसा. आलोच."

मग उभाच राह्यलो, तेवढ्यात आलेच ते. वहिनींनी त्यांना केलेली खूण मी पाह्यली. पण कटणाऱ्यांतले आपण नाहीच.

"चहा घेणार का?"

"तुम्ही करणारच असाल, तर घेऊ! काय?" मी.

"तुम्हाला नाही, 'ह्यांना' विचारतेय मी. तुम्हाला करणारच आहे." वहिनी.

"ठीक." मी जोशींकडे वळलो.

"पुण्याला होतो पंधरा दिवस. अमरावतीला जातोय." मी म्हणालो.

"कशाला?"

"आपल्याला काय? फकीर आपण. दोन कॉन्ट्रॅक्ट्स आहेत."

"इथं कशाला आलात मग?"

"तसं काही काम नाही. थोडी ॲलर्जी झालीय."

"ऑफ टाइम घ्यावा थोडा! काय? कसली ॲलर्जी?"

"अहो, पुण्याच्या कॉन्ट्रॅक्टसमध्ये नऊशे रुपये सुटले. शेवटी एका कोमट्याच्या लॉजवर राह्यलो. पण अंघोळ नाही. आता लिंबू लावून रोज स्नान करतोय! काही औषध लावू काय हो?"

"लावा, लावा!" जोशी म्हणाले.

किती लाइटली घेतात लोक. तशा वहिनी म्हणाल्या –

"रामकर, तुम्ही धन्य आहात. अहो, पंधरा दिवस अंघोळ नाही! रोज शिकेकाई लावून खसाखसा घासून काढत जा. तसा या गावच्या पाण्याचा गुण वगैरे आहे की काय? नाही म्हणजे, आलाय पुण्याहून, जायचंय अमरावतीला. हे आमचं गाव म्हणजे काय ॲलर्जी क्युअर सेंटर वगैरे वाटलं की काय तुम्हाला?"

बाप रे! काय बुद्धी आहे बाईला!

वहिनींवरून आठवलं. एकदा पंचवाडीला गेलो होतो. गाव लहान, पण एक कुटुंब चांगलं भेटलं. देशमुख. जुनी कुठलीतरी ओळख निघाली. मग जाणं-येणं सुरू झालं. आपल्याला काय, कुठंतरी जेवायचं. तर बाई, म्हणजे देशमुखाची पत्नी मोठी दयाळू. दोन मुलं होती त्यांना. एक जवळ होता. दुसरा नोकरीच्या गावाला. बाई फार अगत्यशील. जेवायच्या वेळी जावं अन् नक्की जेवून यावं.

मला एक कॉन्ट्रॅक्ट होतं. दोनशे-तीनशे रुपये सुटले असते. तर माझं सगळं बिऱ्हाड बरोबर. दोन मणाचं ओझंपण मीच वाहायचो. अहो, फिजिक चांगलं राहतं. हॉटेल मालक भांडला एकदा.

मी सकाळीच उठून मशिदीत जायचो. तसा मी पायजमा आखूड शिवतो थोडा. रोज मला रुमाल बांधून मशिदीत जायला आवडतं. नाही, काय हरकत आहे? सगळ्या धर्मांची तत्त्वं एक. मग का जाऊ नये? मला नमाज पढता येत नाही. पण गुडघे टेकून बसायचो. बरं असतं. काय? श्रद्धेचा भाग आहे. तिथून आलो, की हॉटेल मालकाच्या पोराला एक पेरू द्यायचो. एक मी खायचो. 'चीप लक्झरी'. तर हॉटेलची मालकीण म्हणाली,

"सक्काळीच पेरू नका देऊ. खोकला होईल."

खरं म्हणजे पेरू प्रकृतीला फार चांगला. चांगले व्हिटॅमिन्स, फ्रुक्टोज असतात त्यात. पण तिला कोण समजावणार? नाही का? पण असं म्हणून कसं भागेल? तिला शेवटी सांगितलंच. तर लागली पाहायला चमत्कारिक. म्हटलं, सोडा नाद. पण सुटत नाही. तर मालक म्हणाला,

"तू कोण आहेस? हिंदू की मुसलमान?"

म्हटलं,

"धर्मात काय आहे? तत्त्व एकच!"

"ते ठेवा बाजूला, तू कोण हाईस, सांग." त्याचा हट्टी सूर.

"हिंदू."

"खोटं बोलतो, रोज रुमाल बांधून काय मंदिरात जातो होय रे?"

"नाही, जातो मशिदीतच. पण मंदिरातही जातो. अहो, माणुसकी हाच धर्म!"

"आम्हाला चुत्या बनवतो व्हय रे? हो भाईर!"

मग मी चिडलो. पण चिडणं जमत नाही. समजावून सांगितलेलं ठीक.

शेवटी देशमुखांकडे टाकलं सामान. तिथंच खाणं-पिणं. बाई फार अगत्यशील. केव्हाही सढळ हातानं खाणं द्यायची. या बाईला पाह्यलं की रमा आठवायची. आपण असे फकीर. सोडलं तिनं आपल्याला. तिची काय चूक? इंजिनिअर म्हणून केला न् भिकारी पदरी आला. सोडला. पण चांगली होती. आई म्हणायची,

"सटवीनं सोडलं, तेव्हापासनं पोरगं सारखं भिंगरीगत फिरायला लागलं."

मला ओरडायची.

"राम्या, शुंभासारखं बसू नकोस तासन्तास. नुसता बघत नको बसू. अरे बोलत जा. नाहीतर वेडा होशील त्या सटवीपायी!"

मग बसलो नाहीच आपण. चालतच राह्यलो अन् बोलतही. गप्प राहण्यात काय वेडेपणा आहे अन् बोलण्यात काय शहाणपणा आहे? पण गप्प राहावं अन् विचार करावा. कधी कधी बोलत बोलत विचार करावा. महात्मा गांधींबद्दल एका इंग्रजी लेखकानं म्हटलंय की, 'ते विचार करायचे नाहीत. ते विचार बोलत राहायचे स्पॉन्टेनिअसली. मग बोललेल्या विचारात चूक असेल, तर करेक्ट करायचे. तेही स्वत:च. एकूण काय, आपण तर दोन्हीही करतो. तर जोशी म्हणाले,

"मग येताय का दवाखान्यात? जाता जाता सोडून देतो."

"हो, जातो की! पण जोशी, तुम्हाला एक फर्स्टक्लास प्लॅन सांगायला आलो होतो."

"सांगा..."

"अहो, परवा केतकरांकडे गेलो. बसलो बोलत. त्यांची बायको चाणाक्ष आहे. कशी? घ्या. म्हणजे, त्यांच्याकडे छत्री विसरली माझी! दहा मिनिटांत परत गेलो पाहायला. बाई गडबडली. पण धीराची. म्हणाली, रामकर इथं नाही हो विसरला तुम्ही-' कळलं सगळं मलाही. वाटलं, गंमत आहे ही. लपालपीच्या खेळासारखी. मीही म्हटलं, असेल असेल. तसंच असेल. मग परत गेलो दुसऱ्या दिवशी, तर ग.ह. केतकर म्हणून नाव टाकलेलं माझ्याच छत्रीवर. म्हटलं, 'वहिनी, छत्री नेतो हो तुमची थोडा वेळ.' तर म्हणे, 'न्या, पण परत आणून द्या. हल्ली लोक वस्तू नेतात अन् परत करीत नाहीत. म्हणून म्हटलं हो.' 'बरं ठीक.' तर काय, वहिनी म्हणजे चाणाक्ष बाई! मी त्यांना माहिती देत होतो.

"म्हटलं, 'तुम्हाला बांधायचं ना घर?' म्हणे 'हो.'

'मग तुमचा प्लॅन किती अठ्ठावीस हजारांचा आहे का? मी अठरात बांधतो. दोन हजार माझे. काय जास्त आहेत? वर्षात दोन कामं घेतो मी. करायचीच काय जास्त? पोटापुरतं सुटतं. मग भटकणं. गेली पंधरा वर्षं हेच करतोय. नको म्हणाले केतकर. नको, तर नको. काय? तर ते जाऊ द्या हो जोशी. तुम्हाला त्या टाईपचं पाहिजे का काम करून?"

– वहिनींच्या स्वयंपाकघरातून सारख्या खुणा चालल्यात. चालू द्या.

"रामकर! त्याचं काय आहे, बांधायचं तेव्हा तुम्हालाच बोलावून घेऊ; पण पैसा नाही हो सध्या."

"अहो, पैसा काय आता है, जाता है. शिवाय तुमची रास कोणती? मिथुन का?"

"हो मिथुन."

"मग या वेळी उच्चीचा गुरू आहे. मनात आणाल ते होईल. करा तुम्ही."

"बरं बरं; पण तरी सध्या नको.''

तेवढ्यात वहिनी आतून ओरडल्या.

"अहो, ऑफिसला उशीर होतोय तुम्हाला. मग जेवणार केव्हा?''

"अगं जेवतो. हं, काय रामकर, जेवण करणार का?'

"हां, जेवू की. मला काय, काहीही चालतं हो वहिनी.'' मी म्हणालो.

त्या काहीच बोलत नाहीत. नाहीतरी या बाईला बोलणं कमीच. अहो, चालायचंच. एकदम एक माणूस वाढलं की बाईला करणं आलंच ना? काय?

एकदा जेवायला गेलो असाच एका पाटलाकडे! तर त्याची बायको आत येऊच देईना स्वयंपाकघराच्या. नवऱ्याचं अन् तिचं जुंपलं. तिचं म्हणणं, हा मुसलमान आहे किंवा जातही नसेल त्याला. मी आत घ्यायची नाही. मग बाहेर येत पाटील म्हणाले,

"अहो रामकर, कसं हो आडनाव तुमचं? विचित्रच आहे थोडं, म्हणून विचारतो.''

मला मजाच वाटते. म्हणजे काय गंमत आहे हो! हे नावच नाहीय कुठं! रा. म. साळगावकर.

गेलो एकदा तहसीलमध्ये कामाला. वाटलं, नावच नसावं आपल्याला. पण असं कसं होईल? प्रत्येक देहधारी माणसाला नाव असणारच. मग म्हटलं, रामचंद्र महादेव नको अन् ते साळगावकरही नको. दोन्हींना दिली चाट. आता नुसतं रामकर.

पण पाटलाला का सांगा? म्हटलं,

"पाटील, आम्ही बाटलेले मुसलमान. काय? अहो, इथं बाहेरच वाढा.''

खाल्लं तिथंच! आतून पाटलीणबाई म्हणाल्या,

"अहो, वलीसाहेब असतील.'' अन् मग बाहेर येऊन पाया पडली. म्हटलं पड. मग थोड्या वेळानं तिथं काढलं बायबल अन् बसलो वाचत!

तर वहिनी जेवायला बसा म्हणाल्या. बसलो. त्या म्हणाल्या,

"तुमचं एक पटतं आपल्याला, अजिबात संकोच नाही.''

"अहो, संकोच करून कसं चालेल? जन्माला येण्याचा संकोच केला का? शिक्षण घेताना संकोच केला का? प्रामाणिकपणे काम करण्याचा संकोच केला का? काम करून फकिरी करण्याचा संकोच केला का? मग आता का संकोच?''

परवा एक गृहस्थ भेटले, म्हणजे मीच त्यांच्या घरी गेलो. तर ते भगवी वस्त्रं

वगैरे घालून बसलेले. वेगळी खोली. वेगळी बडदास्त. मी म्हणालो,

"आता काय करणार?"

तर म्हणाले –

"आता रामनाम घेत उर्वरित आयुष्य काढणार. मोक्षाप्रत जाण्याचा प्रयत्न करणार."

"गुड!"

"काय?" ते चिडलेले दिसले.

"अहो, छान आहे. प्रत्येकानं स्वत:पुरताच विचार करायला हवा. आपण एकटेच जन्मतो अन् मरतो. मग उद्धार दुसऱ्यांचा कशाला करायचा? काय? आपल्या सुखदु:खाच्या घटका म्हणजे या मायावी जगताचे खेळ आहेत. खरा आपला आत्मा– म्हणजेच परमात्मा, म्हणून आपण स्वत:चाच उद्धार करावा. नाही का?"

"तुम्हाला तत्त्वज्ञान कळत नाही, रामकर, गप्प बसा." म्हणाले.

बसलो.

नाहीतरी माझ्या बाबतीत तेच आहे. अहो, रमा गेली, तेव्हा गप्प बसलो. बोललोच नाही. कितीतरी दिवस नुसता विचार! मेंदूचा चिगदा होईतो विचार! मग आई म्हणाली,

"बाप्या, नुसता नको बसू. अरे, बोल की!"

तर बोलायला लागलो नंतर. हे मातृवाक्य प्रमाणम्!

आता हे म्हणतात बोला, ते म्हणतात गप्प बसा. ते म्हणतात बसा, हे म्हणतात उठा.

अहो, म्हणजे करायचं तरी काय, नाही का? कधीकधी करण्यासारखंसुद्धा फार थोडं राहतं हातात. परिस्थितीच अशी येते, की हातपाय गळून जातात. काहीच करणं शक्य होत नाही. अगदी क्रियाहीन.

रमा गेली, तेव्हा काय करू शकलो मी? कार्यकारणबुद्धीच सोडून गेली मला त्या क्षणी! काही सुचेनासं झालं. तिला समजावू शकलो नाही. तिनं गुरू वगैरे केले होते. दर्शनाला जायची. म्हटलं, जात असेल. मूल नव्हतं आम्हाला. स्त्रीची गरज आहे ती! फटकून वागायची कधी कधी, पण तेही उमगलंच नाही. कधी त्रासानं, वैतागानं बोलायची. चिडायची, ओरडायची. मग गप्प राहायची. म्हणजे मनुष्यप्राणीच अवघड हो. पण बिघडलं, ते बिघडलं. तिच्या गुरूनं काय मंत्र दिला, काय की, एका संध्याकाळी वाट्टेल ते बोलली. टाकून बोलली. समजूत घालायला गेलो, तर हात झटकून टाकले. 'दूर व्हा!' म्हणून किंचाळली. मग एकदम माझे दोन्ही खांदे धरून मला गदगदा हलवत म्हणाली.

"तू माणूस आहेस का? आहेस का? काहीच कसं समजत नाही हो तुम्हाला?" म्हणून पुन्हा रडत राह्यली.

मला खरंचच नाही समजलं बुवा! तेव्हाही फक्त फार खेद वाटला. दुःख वाटलं. या मुलीला आपण फसवलं, असं वाटून मी शरमेनं अर्धमेला झालो. तिचं दुःख खरं आहे. आपण कमी पडतो, असं वाटून मलाही रडायला आलं.

"रडता काय? भेकड!" म्हणून ती थुंकली.

संपलं.

मग मी बराच समजावत राह्यलो अन् ती तिची बॅग कपड्यांनी भरत राहिली.

ती गेली. तिच्याबरोबर माझी उमेदच गेली. हजार वेळा तिच्या माहेरच्या गावी गेलो अन् फकिरासारखा गावभर भटकून एसटी स्टँडवर परत आलो. ती नाहीच आली. आशा वाटत होती. पुढे तीही विझली.

ज्या क्षणी हे जाणवलं, की रमा माझी नाही, तो क्लेशाचा क्षण मात्र मी विसरत नाही. त्या आठवणीनं अजून अस्वस्थ व्हायला होतं. हे सांगतानाही तसंच होतं, मग नंतर मात्र रूळच बदलले. मी तोच आहे. तसाच आहे. काय? पण इट इज ऑल लाईफ.

एकदा नंतर रमाचा भाऊ भेटला. फिदीफिदी हसून म्हणाला,

"बोलो, जिजाजी !"

म्हटलं,

"कहो साले!" तसा पिसाटासारखा हसला. म्हटलं, "हसा, लेको!"

काय करायचं हो या सगळ्याला?

◆

५

स्पर्श

वातावरण सुन्न असायचं. साडेनऊ, दहा नाही होताहेत, तोवर ऊन चटकायला लागायचं. त्या उन्हाकडे पाहणं अन् आंधळं होत राहणं या गोष्टीचा मला भयानक तिटकारा आहे; तरीही उद्योग नसल्यानं मी मिचमिच डोळे करीत भटकायचो अन् घरातल्या अंधारात डोळे फाडीत शिरायचो. एकदम थंड आंधळेपण मस्त वाटायचं. बस्स, एवढंच.

सगळ्या सुट्ट्या कशा छान असायच्या, म्हणजे आतापर्यंतच्या. अगदी थेट मागच्या वर्षीपर्यंत असा भयाणपणा एकदाही जाणवला नाही आणि या वर्षी सगळंच बदलून गेलं.

म्हणजे तसं फारसं बदललंही नाही म्हणा. खरं तर काही समजतही नाही. म्हणजे विशेष असा बदल आता वाटत नाही. आठवीत-नववीत जसा वाटायचा, तसा. तेव्हा जे जाणवलं ते थोडंसं वाढत चालल्याचं फीलिंग किंवा जगात आता आपल्याला त्या सगळ्या आजूबाजूच्यांनी ओळखलंच पाहिजे, असं काहीसं.

तसंही नसेल, पण तेव्हा फारच प्रौढ वगैरे वाटून घेतलं. आठवी-नववीत एकदम लाइफ-पॅटर्न बदलून गेलं. गोट्या खेळताना नसलेलं भान आलं. क्रिकेट, टेनिससारखे खेळ खेळावेत, वगैरे वाटलं. म्हणजे स्टँडर्ड रेकग्निशन – मोठ्या लोकांचं मोठेपण नको तितकं पेलवायला गेलो, झालं.

क्रिकेट तरी काय डोंबल कळत होतं? ऑफ आणि ऑन साईड सोडल्या, तर चेंडू कसा वळतो, ते कळायचं नाही. पिच फेवरेबल नाही, तेही समजायचं नाही. लेग स्पिन, ऑफस्पिन ही फक्त मोठ्ठाली नावं घ्यायची. ती न कळणारी इंग्रजीतली कॉमेंट्री रेडिओला कान चिकटवून ऐकायची. दहा मिनिटांनी एखादं वाक्य कळायचं. बाकीचं इंग्रजी म्हणजे कानात गुडगुडी. बस्स. ते वाक्य समजल्याचाच फार आनंद व्हायचा. मग ते वाक्यच दुसऱ्यांना सांगत सुटायचं.

आई जाम ओरडत राहायची. तिला आमचा छंद नामंजूर.

उलट वैभवची आई कौतुकानं मला विचारायची,

"चिनू, काय स्कोर झाला रे? कपिलदेव कसा खेळला?"

मग त्या अर्धवट ऐकलेल्या कॉमेंट्रीवरून आणि बाबांच्या बोलण्यातून जेवढं म्हणून कळलेलं असायचं, ते सांगायचं. फक्त एकच गोष्ट अगदी अचूक समजायची, म्हणजे किती गडी बाद आणि धावा किती. बस्स. बाकी कधी तर कोण आऊट झाला, तेही कळायचं नाही. मग रतननं विचारलं – "कोण कटला रे?" तर त्याला अत्यंत सात्त्विक संतापानं न बोलताच हातानं गप्प करायचं. मग संथ इंग्रजीत उच्चारलेल्या नावावरून आम्ही नाव सांगणार.

मग टेनिस वगैरे तर सोडाच हो. पण हातात रॅकेट घेऊन मिरवायची. बाकी तो बॉल कधी चुकूनही रॅकेटला लागायचा नाही. फक्त सर्व्हिसच्या वेळी लागेल तेवढाच. शटलची तीच बोंब. ते फूल जाम उडणार. मला तर फुलपाखराला पकडताना होईल इतकी धडपड ते फूल रॅकेटवर घ्यायला होते. मग शटल बंद. फक्त रॅकेट घेऊन सायकलवर हिंडणं. स्टाइलिश. सगळ्या गावंढळ मित्रांत शान मारणं. मग आमच्यासारखेच दोन-तीन स्टाइलिश मित्र केले. म्हणजे तेरी भी चूप, मेरी भी चूप.

– आता तेही नाही, म्हणजे अगदी डच्चर वर्ष बुवा. घरचीही माणसं ग्रेट आहेत. अगदी जिवाच्या निकरानं सायन्स काढलं मागच्या वर्षी. या वर्षी नको नको म्हणत असताना आमच्या पिताश्रींनी तीच लाईन घ्या म्हणून सांगितलं.

त्यांचं म्हणणं, इंग्रजी मीडियम नसताना तुला सेकण्ड क्लास मिळतो, तर या वर्षी तू नक्कीच फर्स्ट क्लास काढशील, म्हणजे अभ्यास करून. अगदी कसाबाच्या हातात गेल्यासारखं गेलेलं पूर्ण वर्ष.

आईच्या मते, आयुष्यात सायन्सशिवाय तरणोपाय नाही. तिच्या लिमिटेड सर्कलचा परिणाम. रतन आईला 'लिमिटेड सर्कल' म्हणायचा मागे. तो चार वर्षांनी मोठा माझ्यापेक्षा. तेव्हा राग यायचा. आता आमचा सगळा ग्रुपच आयांवर अशा कॉमेंट्स करतो; पण सावधपणे. कोणालाच तिची टिंगल करायची नसते. पण बोअर मारतात आमच्यावर, त्याचा उतारा.

सगळ्या वर्षात सतत क्लासेसमुळे वगैरे मित्रांतच वेळ गेलेला. रम्या, पद्या, नंदू अन् मी. साले सगळे खिसकले, सुट्या लागल्या लागल्या.

एकदमच पोकळी झाल्यासारखं. काम नसल्यासारखं. धड कशात लक्ष नाही. वर्तमानपत्र-फित्र तर फारच वैताग.

मग सकाळीच सायकल काढायची. सायकलही स्टाइलमध्ये चालवायची. रेसला निघाल्यासारखं सगळी पाठ झुकवून फक्त ब्रेकच्या स्पोकना धरायचं.

हँडल तसंच ठेवायचं. मग हुंदडा. कधी फक्त मधोमध हँडल धरायचं. बस्स. काय सुपर वाटतं.

मग मध्याचं घर. त्या अति किडूला भेटणं आलंच. दोन-तीन दिवस दाढी करत नाही ते स्कॉलर. भांग काय कप्पाळ पाडतो. दाढी करता येत नाही अजून. मधेमधे खुंट तसेच सुटून जातात. सायकलवरही धड बसता येत नाही. सायकल चालवताना पँटमध्ये वारा शिरून फॅय फॅय आवाज येत राहतो. एकदम डब्बा. पण एक आहे, पोरी फार ओळखीच्या, स्कॉलर म्हणून, शिवाय निरुपद्रवी. पण इब्लिस आहे. आपल्या गबाळेपणाचा पुरता फायदा घेतो. तर त्याला भेटावंच लागतं. अडला हरी. गाढव आम्ही. करता काय?

रतनचं ठीक आहे. आई-बाबा त्याला थोडे बिचकतातच. हा ताडमाड दिसतो. बाबा त्याला म्हणतात, पोराचा पाय बापाच्या बुटात बसला की तो मित्र होतो, तेव्हा त्याच्याविषयी न बोलणं बरं. पण माझ्यावर इतकं बारीक लक्ष ठेवतो. तो आहे झाम्या, पण इंजिनिअरिंगला गेल्यानं आमचे वांधे आलेत. त्याला बधायचं नाही, हे ठरवलेलं, पण घडत नाही. त्याचं आणि आपलं जाम पटत नाही. फक्त एकदाच आम्ही जमवून घेतो. पिक्चरच्या वेळी. कारण तेव्हा दुमत दिसलं, की पिक्चर कटलाच. मग त्याचे मित्र आणि माझे मित्र फार हेल्पफुल होतात आम्हाला.

– आणि एका पॉईंटवर आमचं जमतं. त्याचं ड्रॉइंग फॅन्टॅस्टिक आहे. चार-पाच आडव्या-तिडव्या रेषांत तो समारेच्याचा चेहरा उभा करतो. मग त्याला जेव्हा-जेव्हा करमत नाही, तेव्हा-तेव्हा तो मला समोर बसवतो. खास मूडमध्ये असला तर 'बसा चिनूराजे' असं कमरेत वाकून अदबीनं म्हणतो. मग वेगवेगळ्या बाजूंनी माझी रेखाचित्रं काढतो, नुसतेच डोळे, नुसत्या भिवया, ओठ. फार थ्रिलिंग आहे.

माझ्या आवाक्यात तो बसत नाही. त्याला एकाच बाबतीत मी मागे टाकतो. माझा चांगला चेहरा आणि सतत बडबडत राहणं. बाकी तो मला सरस आहे. हे खाजगीत मी कबूल करतो.

त्यालाही बोअर झालंच असलं पाहिजे. कारण सुट्या त्यालाही होत्याच. फक्त तो सतत लोळत वाचत राहायचा. काय, ते कळणं शक्य नाही. मी त्या भानगडीत पडत नाही. नसती झांगड. विचारलं, की फसलं. वर त्याची मतं ऐकून घेणं म्हणजे तर डोक्याची चप्पीच.

फक्त एक कॉमन फीलिंग होतं, की उन्हाळा रद्दी आहे. चिकार फिरणं, अगदी भिकार सिनेमे पाहणं. टुकारक्या करीत कट्टे सांभाळीत बसणं. कट्ट्यावर बसून च्युइंगम चावीत इतर गप्पा चघळत पुन्हा बोअर होत त्याच घरी येणं.

तेवढ्या आमच्या 'मदर डियर'नं एक टुमणं काढलं, की आपण रहाटगावला आत्याकडे जाऊ. कारण तिथं एक दुसरी आत्या आलीय. भेट होईल. चेंजही होईल. बोंबला! इथं अख्खं शहर पडलंय, तरी करमत नाही. तिथं त्या आडवळणाच्या गावी कोण धडपडणार? मी अन् रतननं 'नको' म्हणून नारे लावले. पण मग आईसाहेबांनी हुकमी एक्का काढला.

"तुम्ही राहिलात, तर खुशाल राहा. मावशी (स्वयंपाकीण) लग्नाला चालल्यात. बाबा टूरवर. करा आणि खा."

मी आणि रतन गारद झालो. कारण दोन वर्षांपूर्वी असेच हट्टानं आम्ही राहिलो होतो. तेव्हा आघाडीचा सरदार रतन होता. आत्ता मी आहे. आणि काय दिव्यं आम्ही केली, ते आम्हाला आठवलं. ते ब्रह्मांडापेक्षा अवघड होतं. कारण ब्रह्मांड एकदाच दिसतं. इथं रोज अंड्याचा नवीन पदार्थ काय करावा, हेच कळत नव्हतं. अशा वेळी नेहमीसारखीच 'मदर डियर' काटकसरीने पैसे देते, हेही आम्हाला माहिती असल्यानं आमचा पाडाव होऊन आमचं पार्सल रहाटगाडग्यात गेलं. आम्ही काहीही ठरवलेलं नव्हतं. तिथली स्वप्नं वगैरे पाहण्याचा प्रश्नच नव्हता. या सगळ्या बायकांची डोकी एकत्र येणार, म्हणजे आम्हाला त्यांच्यात मज्जाव. त्या रात्री दोन– अडीचपर्यंत काय बोलतात, कोण जाणे. त्यांना मागचा रेफरन्स द्यायचा असतो, तेव्हा त्या 'मी याच्या वेळी गरोदर होते' किंवा 'त्याच्या वेळी मला दिवस गेले होते' असाच असतो. यांना वर्ष-साल कसं काय लक्षात राहत नसेल, कोण जाणे. मला काळाचा रेफरन्स लागला नाही, की त्या कुठल्या बाबतीत बोलतात, तेही कळत नाही. मग सगळीच झांगड. त्यापेक्षा ते टाळणं बरं.

दोन्ही आत्यांना अर्थातच आनंद झाला. मी अन् रतन पाट्या टाकायला आल्यासारखी तोंडं करून उभे होतो. मग सगळेच आमची वाढती शरीरं, बुद्धी या विषयावर बोलायला लागले. धाकटी आत्या तर 'किती मोठी दिसतात गं' असं सारखं खुदूखुदू हसत म्हणत होती. यात आपल्याला नक्की काय बोललं पाहिजे किंवा काय केलं पाहिजे ते न सुचून आम्ही शुंभासारखे उभे राहिलो. जेव्हा आईचे डोळे 'माता कालिके'सारखे झाल्याचे जाणवले, तेव्हा कुठे रतनराव आजोबांच्या पायांवर वाकले. पाठोपाठ आम्ही. मग दोघांनीही 'झालं सुरू' असा दृष्टिक्षेप एकमेकांकडे टाकला. तेवढ्यात आजोबा आत तोंड करून ओरडले,

"चंदूऽऽ ए चंदूऽ"

मला एकदम आश्चर्य वाटलं. आत्याला मूलबाळ नव्हतं. कोणी नोकर वगैरे असेल, असंही वाटलं. नावावरून आमच्या जनरेशनचाही असेल– तर एक पोरगेलीशी पोरगी बाहेर आली. काय म्हणून नुसतंच डोळ्यांनी विचारत राहिली.

मग आम्हाला कळलं की हीच चंदू. आमच्या आजोबांच्या कुणाच्या कुणाची मुलगी.

आमच्या आईला एकदम पुळका आला. तिला अगदी जवळ वगैरे घेऊन 'कुसुमची ना गं तू...' असलं काहीबाही विचारत राहिली. आम्ही आपलं स्वत:च्या इथल्या भवितव्यावर विचार करीत खुर्चीत बसून पाय हलवीत राहिलो.

छू म्हटल्यावर कुत्रा जसा एका दमात धावतो, तसं नुसतं जा म्हटलं असतं, तरी मी खिडकीतून उडी मारून पळून गेलो असतो.

आत्यांनाही अशी भुक्कड गावं मिळावीत ना? अंधारा वाडा, ओल, तेलकट माणसं, दुपारी चारला पेपर येणार. तोपर्यंत काय करायचं? खाणं-झोपणं. पुन्हा उठल्यावर चहा-खाणं. मग जेवण. नंतर झोप. चार-पाच दिवसांत माझ्यातून एक अजगर जन्माला आला. सुस्त. च्यायला, एकाही माणसाशी बोलावंसं वाटू नये? त्या ठेचकाळ गावातून आम्ही दोनदा चक्कर मारली. मग संध्याकाळी स्टँड गाठायला सुरुवात केली.

दिवस किलणं, दिवस कंठणं हे असं भंकस सुरू झालं.

नाही म्हणायला ती चंदन तेवढी होती. ती मुंबईची. सतत नाकाचा शेंडा वर करून चालायची. दहा-बारा वर्षांच्या पोरीनं असं अकडावं, हे आश्चर्यच. ती तुटक बोलायची सुरुवातीला. मग थोडी थोडी बोलती झाली; पण सिनेमा सोडला, तर तिच्याशी बोलता येईल असा एकही विषय नव्हता. अन् तिनं एकदा, 'आमच्या तिथं किनई...' असं लाडिक आवाजात सुरू केलं, की रतन ताबडतोब उठून जायचा अन् पिंजऱ्यात अडकल्यासारखा अस्वस्थ, हूं हूं करीत मी बसून राहायचो. तरी तिच्या एकाही 'किनई'मध्ये मला इंटरेस्ट नसायचा.

दुपारी आत्या म्हणाली,

''आज चंदू चहा करेल.''

सगळ्या जणी दुपारीही रात्रीसारख्याच झोपायच्या. उठल्या, तरी नुसत्या लोळायच्या किंवा हातावर डोकी तोलीत बोलत राहायच्या.

चंदू माझ्याकडे आली, म्हणाली,

''चहाच्या डब्याला माझा हात पुरत नाही.''

बरं झालं! मीही वैतागलो. त्या बाया लोळणार, आम्हाला त्रास. चरफडत माजघरात गेलो. तर उंच फळीवर डबे. खाली इकडे तिकडे स्टूल वगैरे नाही. मी म्हटलं,

''मी तुला उंच करतो, तू काढ.''

तिला काखेत हात घालून मी उंच केलं. तिच्या अगदी छोट्या मांसल भागाचा माझ्या हातांना स्पर्श झाला. उतरवताना माझ्या अंगावरून घसरत ती खाली आली.

जे मिनिटभरात झालं, ते तिलाही कळलं की नाही, कोण जाणे! पण मी मात्र हादरलो.

मग उठता-बसता तिच्या हालचाली मी निरखू लागलो. इतक्या लहान पोरीविषयी आपल्या मनात असं का यावं, हे कळेना. बोटं हुळहुळल्यासारखी वाटू लागली. तिच्याशी निरर्थकही बोलावं, हे ठीक झालं. नाही म्हटलं तरी बिनधास्त वाटेना. कुठलीच टुकारकी नको वाटायला लागली. मग हा आपल्या अति बोअरडमचा परिणाम आहे, असं वाटलं. तिला अकारण मदत करायला गेल्यासारखा लुडबुडू लागलो. मग कोणी पाहिलं तर काय म्हणतील, असं वाटून एखाद्या जागेवर तास तास निष्कारण बसू लागलो.

स्वयंपाकघराच्या मेणचट पायऱ्यांवर बसून रतन काही वाची, नाहीतर कागद घेऊन चित्रं काढी. त्याच्या चित्रं काढण्याचा मला हेवा वाटला. आपल्याला एकही अडकवणारी गोष्ट नाही.

दोन-चार दिवसांत निघू म्हणता म्हणता आठ-दहा दिवस होऊन गेले.

संध्याकाळी सहज बैठकीत गेलो, तर चंदूच्या कमरेला धरून रतननं तिला उंच उचललेलं दिसलं. झटकन बाजूला होऊन पाहू लागलो. एखाद्या पतंगाला गिरकी द्यावी, तशी गिरकी देऊन रतननं तिला खाली उतरवलं. रेडिओवरून तिनं पुस्तकासारखं काहीतरी घेतलं होतं.

मोठ्या उत्साहानं ती काही तरी सांगत होती अन् रतन गप्प उभा होता. मला माहिती होतं, त्याचीही बोटं हुळहुळली असणार.

पण भयंकर राग आला. लहानपणी पुस्तकातलं मोराचं पीस दुसऱ्यानं घेतल्यावर मी जसा चिडायचो, तसं झालं अन् या कुठल्याच गोष्टीचा अर्थ लागेना. त्याच्यावर चिडचिडल्यासारखं केलं.

चंदू घोटाळली, तरी मी तसाच वचवचल्यासारखं बोलायचो. रतनशी मी संबंध तोडून टाकले. कोणाशीच बोलावंसं वाटेना. मधल्या दोन हुळहुळल्या दिवसांनी वैताग वाढला. कुणाचाही रागच करावा किंवा सरळसोट नुसत्या निळ्या आभाळाकडे पाहत बसावं. इतकी भंकस गोष्ट मी कधीही केलेली नव्हती.

"चिनू, बोलत नाहीस रे?" असं घरातल्यांनी म्हटल्यावर हसून कडू गोळी घेतल्यासारखं वाटायला लागलं. कधी नव्हे तो चिकटपणे चिकटून बसलेल्या आईला गोचिडासारखं ओढून घरी न्यावं असं वाटलं.

मी बहुतेक वेळ 'वाटणे' या प्रकारावर घालवत होतो.

संध्याकाळी मी एकटा जायचो. रतनला टाळायचो. परत आल्यावर एकदा रतननं माझ्या हातात एक कागद कोंबला.

मी घुश्शात तो घेतला. ठेवून दिला. सकाळी रतन माझ्याकडे पाहत होता, तेव्हा लक्षात आलं. तेव्हा खोलीत जाऊन कागद उघडला.

तर त्याच्यावर एक चित्र काढलेलं. एक वेलीची फांदी– खूप पानं, फुलं असलेली. शेवटी टोकाला थोडी फुलं अन् काही कळ्या. मग पुढचा कागद कोरा. वर पुढे टोकाच्या बाजूला रतनच्या चेहऱ्याच्या रेषा. त्याच्यामागे थोड्या अंतरावर माझ्या चेहऱ्याच्या रेषा. बस्स.

मला काही कळलंच नाही. मी तसाच घुम्म होतो. तेवढ्यात तोच आत आला.

माझ्या खांद्यावर हात ठेवत किंचित हसला.

''तू रागावलास काय चिनू? कळलं का हे?''

चित्राकडे बोट करीत तो म्हणाला,

मी नुसताच बसलो घुम्म.

रतन समजूतदारपणे म्हणाला,

''चिनू, तू का चिडला आहेस, मला माहिती आहे. मी तुला दाराजवळ पाहिलं होतं. पण ही वेल पाहा. इथं ही नुकतीच सुरू झालेली फुलं. इथं तू आहेस अन् तुझ्यापुढे मी अन् ही इथं संपत आलेल्या कळ्या अन् फुलं. इथं मी आहे. तुझ्यापेक्षा मी पुढे आहे. ही उरलेली फुलं ही माझी मर्यादा आहे. यापुढचं आयुष्य मुळीच भाबडं नाहीये. फक्त एकदा चुकून एका फुलाचा तुलाही स्पर्श झालाय अन् मलाही. छोड दो यार. माझी वयोमर्यादा आलीय. तुम्हारे दिन अभी बाकी हैं, बहुत गुलदस्ते खिलेंगे.''

मला चित्रही कळलं नाही अन् रतनही. तो काय बोलतो, हे कळायलाही मार्ग नव्हता. फक्त आपला भाऊ हुशार आहे, एवढंच कळत होतं. अन् या उन्हाळ्यापासून आपण अगदीच एकटे, भणाण नाही, एवढं कळलं होतं.

उरलेल्या उन्हाळ्याची तगमग कमी झाली होती.

◆

६

गणित

गेली दोनशे वर्षं मी इथं बसून आहे. हा दगड मला फार आवडतो. मागची शाळा, शेजारचा श्रीकृष्ण भेळवाला.

हा कोण येतोय समोरून? ओळखीचा वाटतोय. म्हणजे चेहरा. याच्याही कपाळावर नाव नाही. हत्! आला होता माझ्या इथं कधी? थांबा, मोजून पाहतो.

केळी आणली. हाऽऽ एवढी घेतली. गोड होती, फस्त केली. म्हणजे खूप भूक होती. म्हणाला,

"हळूहळू खा." शेवटी तिकडे पाहत म्हणाला. "व्हॉट अ कंझम्शन."

कं झ म श न किती सिलॅबस आहेत? थांबा. मोजू काय? काय म्हणतो श्रीकृष्ण भेळवाला? मी डोळे बारीक करून पाहतो. निसटायला नको लेकाचा.

"काय साहेब, तुम्ही बी घेऊन बसलाय! अवो, ठार येडा माणूस आहे."

कोण? कळत नाही.

"अवो, मोठ्ठा हापिसर आहे. आता आपल्याला बी कळत न्हाय, पन लोक सांगतेत, गणित का काय– याचा हात धरणारा नव्हता, पर याची बढती होती, तिथं दुसराच आदमी लावला, तवापासून हे आसंच हाय!"

काय बोलतोय? कळत नाही काही. जाऊ दे. आपल्याला काय हा दगड हवा. खेकस म्हणा.

गणित काय?

गणित.

हो, गणित. ते मात्र नाहीच विसरत आपण.

सगळंच चुकलंय. सगळं गणितच चुकलंय. कुठं चुकलं? कसं चुकलं? कळायला मार्ग नाही. मी दहादहा वेळा करून पाहतो. दर वेळी मी बोटांवर मोजून पाहतो. हाताची दहा बोटं खरं तर कशालाच पुरत नाहीत. लहानपणी

दहापर्यंत मोजणं ठीक आहे. पण नंतर नाहीच पुरत. माझा अनुभव आहे. दोन हात आणि दहा बोटं नाही पुरत. दहाच बोटं आहेत का? थांबा, पुन्हा मोजून पाहतो.

आमच्या शाळेत एक पोरगा होता. त्याला एका हाताला सहा बोटं होती. मज्जा वाटायची. दिवसातून एकदा तरी मी म्हणायचो, "पक्ष्या, हात दाखव बरं तुझा." त्याला लाज वाटायची. "डोन्ट यू वॉन्ट टू फाइट विथ ॲडिशनल फिंगर?" मला आवडायचं एक बोट जास्त. म्हणजे ॲडिशनल बेनिफिट. त्याला पटलं नाही. आयुष्याशी अकरा बोटांनी लढ, अकरा नखं वाढवली की, सुरीसारखी चालतात. फाईट अँड स्ट्रगल.

त्याचं ते बोट ऑपरेशन करून काढून टाकलं. मलाच फार वाईट वाटलं.

केव्हाही वाईट वाटलं की मी चुकलेलं गणित पुन्हा करण्याचा प्रयत्न करतो.

पुन्हा हात, पुन्हा बोटं. हात मागे बांधले, तरी बोटं गणित करतात. मोठे लबाड आहेत बेटे.

एकदा भेळवाल्याच्या गाडीशी उभा होतो. हल्ली तो रागावत नाही मला. पूर्वी फार चिडायचा – पूर्वी – तरी झाली असतील शंभरएक वर्षं! मी उभा राहायचो. मला त्याची चटपट फार आवडायची. त्याच्या हाताची जलद हालचाल पाहणं हा उद्योग होता आपला. पण तो खेकसायचा.

"बाजूला हो एऽ तू! च्यायला, काय वैताग हा साला!"

"रोजच्याला यायला लागलाय!"

तेवढ्यात कोणीतरी म्हणाला,

"अहो, कुत्र्यासारखा माणसांचा सुळसुळाट झालाय. पोटाला मिळत नाही, निदान नाकाची हौस भागवू द्या."

ॲग्रीड– मी बोलतो खूप. पण बहुतेकदा इतरांना ऐकू जात नसावं. हात हलवून ठासून सांगतो.

कुत्र्यासारखा सुळसुळाट तर खरंच झालाय. नाहीतरी त्यांच्यात अन् आपल्यात काय फरक आहे हो? बोलणं सोडलं तर आपण अन् तमाम प्राणी एकूण क्रिया सारख्याच करतो. कुत्रा उघड्यावरच जगतो. उघडं आयुष्य. आपण झाकून, भिंतीच्या आडोशाला, इतकंच! मला एकदा वाटलं, आपल्याला भुंकता येतं का, पाहावं. जे वाटतं, ते मी चटकन करतो. केलंच पाहिजे. नाही, तर ते वाटावंच का?

नाही, का वाटावं?

जर वाटणं ही क्रिया इनव्हॉलंटरी आहे, असू शकते, तर करणंही रि-ॲक्शनरी का असू नये?

मी भुंकलो. जोरात.

तसे लागले हसायला सगळे. हसा, कारण तेही रिॲक्शनरी आहे.

परत उभाच.

कॉलेजात प्रोफेसरांशी वाद घातला होता. म्हणजे त्यांना मोठ्ठं टक्कल होतं. एकाच बाजूला थोडे केस मोठे वाढवून ते महाप्रयासानं ते टक्कल झाकू पाहायचे. वारा आला की, त्यांची तिरपीट व्हायची. मला त्यांचे एका बाजूचे केस म्हणजे कोंबड्याचा खुराड्याच्या दारासारखे वाटायचे. ते आले की, मला दर वेळी कोंबड्याचं खुराडं आलं असं वाटून, त्यांनी दिलेला प्रत्येक प्रॉब्लेम म्हणजे त्यांच्या कोंबडीनं दिलेलं अंडं वाटायचा. क्लासमध्ये एकदा कसं काय की, पण त्यांच्या डोक्यावरचा खोपा निसटला. एका बाजूनं बायकांएवढे मोठे केस लोंबकळायला लागले. त्यांचा चेहरा फार दयनीय झाला. मला एकदम काय सुचलं, धावत जाऊन मी स्टाफ रूममधून डिंकाची बाटली आणून त्यांच्यापुढे ठेवली.

काय धावले माझ्यावर! त्यांचा राग, दयनीयता, केविलवाणी मुद्रा.

मी मोजून पाहिलं. पण नाहीच बोटं पुरत. ते किती वेळा मला म्हणाले? 'मॅडकॅप, मॅडकॅप.' तरी मी त्यांचं भलं करायला गेलो होतो.

हा दगड मला फार आवडतो. म्हणजे सगळेच दगड छान आहेत हे. रांगेत सलग. मागची शाळा. इथं नेहमी यावं. मस्त. सकाळी गडबडीत अर्धवट झोपेतच आलेली पोरं पाहावी. किती तरी दोस्त आहेत आपले. समोर थांबतात. मधल्या सुटीत येतात. काय काय खातात, देव जाणे! किती एक गाड्या उभ्या आहेत इथं. गाड्यांची चाकं. कुठच्या कुठं जातं आयुष्य. हजार, दोन हजार वर्षं तरी असेल.

कसं काय जगलो मी इतकं?

गुलाबी रंगाची पोरगी येते रोज. दोन हात अंतरावर उभं राहून तिचं कुरळं जावळ मागं सारीत मोठाले डोळं माझ्यावर रोखते. फार सुंदर. निसर्गाचं इतकं सुंदर चित्र मी कुठंच पाहिलं नाही. छोटे, नाजूक हात, लाल जिवनी, अथांग निरागसता. ती समोर आली, की क्षणभर माझी सतत चालणारी बोटं थांबतात.

फार पूर्वी हिला कुठं पाहिलंय मी? डेहराडूनला? नाही. नाव आठवतच नाही. किती दिवस आठवणार हो नाव? कुठलंच नाव आठवत नाही. गरजही

नाही. हिला पाहिलंय, पण ही वाढलीच नाही इतक्या दिवसांत? मीही नाही.

मी वटवृक्ष होणार आहे. माझ्या ढोल्यांत प्रचंड प्रचंड घुबडांचे थवे राहणार आहेत. घुबडं! ज्यांनी सगळी आपली गणितं हुकली.

बरोबर! त्या बाईबरोबर यायची ती, आपण तिथंच होतो की! घर होतं का? असेल बुवा! घर आतून कसं असतं? अगदी करकरून डोकं खाजवलं, तरी आठवतच नाही काही.

एक आठवतं– प्रचंड वादळ! डोक्याच्या बाजूचे प्लग्ज आणि शरीरातल्या कणन्‌कणाचं घुसळणं, उसळणं आणि उन्मळणं. सर्व्हायव्हल. आवश्यक गोष्ट. उन्मळलं, तरी उभं राहणं. सारखं सांगायची ती बाई! आठवते नेहमी, पण नाव नाहीच आठवत.

उन्मळणं, उखडणं, उजाडणं, उन्हाळून मरणं, मरण नाहीच. सगळी वाक्यं आठवतात. नवीन तयारसुद्धा होतात. प्रत्येक तयार होणाऱ्या वाक्याचे शब्द मी बोटांवर मोजून पाहतो.

ती बेबी काय म्हणतेय? काय की! मी का हसलो? हल्ली हसलं, की लाळ गळते शर्टवर! गळू देत, कधी नुसतं ओलं लागलं की वाटतं, ही लाळ असावी. कधी कधी पाणी असतं, कुणीतरी खिडकीतून फेकलेलं. असू देत. छोटी पोरं भोवती जमतात. बरं वाटतं. एक मोठा टोणगा आला होतात एकदा. म्हणाला,

"व्हॉट आर यू कॅलक्युलेटिंग अंकल?"

"कॅलक्युलेटिंग द प्रॉब्लेम्स ऑफ लाइफ."

"व्हॉटऽऽ ?"

हसू आलं. फार लहान आहे. फार लहान. दीडदोनशे वर्षांपूर्वी मी मोठ्या खोलीत होतो. वर चक्र फिरत होतं. तेव्हा मी असाच होतो. व्हॉट?

मग काय झालं की! मला एकदम सुचलंच नाही काही. मग मात्र एकदम आनंद झाला. काही तरी फार मोठं सापडल्यासारखं वाटलं. जे वाटतं, ते करावं. ते केलंच पाहिले. लोळावंसं वाटलं, लोळावं. बेधडक! फार मऊ फरशी होती. गार. अजूनही स्पर्श आठवतो. काय गर्दी होती. पण गर्दीचं अन् आपलं नातं आहे नेहमी! कितीतरी चेहरे कोरे. कुणाच्या कपाळावरही नाव नाही.

माझं कपाळ मी चोळून पाहिलं. तिथंही नाव नाही.

नाव नाही.

नाव नाही.

काही तरी म्हणताहेत ते.

"ही इज इन शॉक."

शॉक? प्रमोशन? सुपरसीड? वाइफ? किड?

किती शब्द? थांबा, मोजू देत.

ही बेबी फार गोड हसते. हास, मी पण हसतो. पण मी बोलत नाही, बोलू नाही.

शूऽऽ बोलू नकोस बरं का? ती हसते.

इतक्या बाळांमध्ये मला छान वाटतं.

दोन दगडांमधलं सलग अंतर किती?

किती पेसेस मध्ये जातात?

एम.एस्सी. मॅथ्स.

मॅथ्स?

आय नो... आय नो इट फॉर शुअर.

भेळेची गाडी मधून मधून येते. आठ दिवसांपूर्वी... दहा दिवस झाले, तेव्हा असेल. कागद दिला फेकून.

मी उचलला, मला वाचता येतं सगळं. फोटो दिसला एक. वा! अगदी माझ्यासारखा दिसतो. केस फार आहेत. वय आहे. नाव आहे.कुठंतरी वाचल्यासारखं वाटतंय.

– खालील पत्त्यावर आणून पोचविणे.

प्रमिला. प्र-मि-ला. काय साधर्म्य आहे, कितीशे सालचं आहे? समोरच्या शाळेचं वय काय असेल? कॉन्व्हेंट? हे वय फार झालं – माझ्या पायजम्याचं वय तितकंच असेल बहुधा.

किती त्रैराशिकं मांडली. खाली मातीचा स्पर्श मस्त आहे. लिहिता येतं, बसता येतं, झोपताही येतं. वा!

आय वॉज एव्हर सो कम्फर्टेबल इन धिस डस्ट! हे छानच आहे. रस्ते. खूपखूप रस्ते. माणसं... माणसांच्या रांगांतून मी रस्ते शोधतो. रस्त्यावरच्या मातीत मी त्रैराशिक मांडतो.

इफ मॅन इज इक्वल टु ॲनिमल, अँड इफ ह्यूमन अँड ॲनिमल्स इज इक्वल टुडस्ट,

देन ह्यूमन स्ट्रगल इज इक्वल टु व्हॉट?

✦

७

गुदमर

अंगणात दहा-पंधरा पोरं-पोरी खेळत होत्या. मागे रेडिओवर मोठ्या आवाजात गाणी चालली होती. परकऱ्या पोरी फुगड्या खेळत होत्या. फ्रॉकमधल्या पोरी टाळ्या पिटीत उड्या मारीत होत्या. त्यांच्या केसांचे झुपके वर-खाली उडत होते. त्यातल्या त्यात उठून दिसणारा सहा-सात वर्षांचा पोरगा मागच्या गाण्यावर कंबर हलवीत स्वत:च्याच नादात नाचत होता.

मोना अन् आई दोघी सामानासह आत येताना मोनानं हे चित्र मन भरून पाहिलं. सारखी धाकधूक. सारखं टेन्शन. आपणही अशाच नाचत होतो, हेही विसरून गेल्याचं तिला जाणवलं आणि अवघ्या वीस-बाविसाव्या वर्षी म्हातारी झाल्यासारखं वाटलं. तिनं खांदे सरळ केले; पण दोन पावलं गेल्यावर तिचे खांदे पुन्हा झुकले.

रवीच्या बहिणीचं लग्न होतं. रवी तिचा लांबचा मामेभाऊ. 'रवी' या दोन अक्षरांनंतर काहीही नाही.

दारात दादा उभे होते. सुमित्रा अन् मोनाला पाहताच ते पुढे आले.

"ये, ये. अगदी वेळेवर उगवलीस. थोडं आधी तर यायचंस आणि भाऊजी आले नाहीत का?"

त्या गडबडीत दाराकडे तोंड करून ते म्हणाले.

"अहो, बाहेर या, सुमित्रा आलीये." पुन्हा त्याच गडबडीत अंगणाकडे तोंड करून ओरडले, "अगं, उषा, जा गं! मावशीला म्हणावं, सुमीआत्या आलीये."

या सगळ्या बोलण्याचा, गडबडीचा सुमित्रेवर फारसा परिणाम दिसला नाही. मोनाही गप्प होती. प्रवासानं अंग आंबलं होतं. नाहीतरी दोनशे-अडीचशे मैलांचा प्रवास झाला होता.

दोघी वाड्यात ओसरीवर आल्या. दादाही आले. मग इकडचं तिकडचं बोलणं झालं. पोरीनं नशीब काढलं– चांगला डॉक्टर जावई मिळाल्याचं त्यांच्या सतत बोलण्यात येत होतं; पण सुमित्राबाई हुं हुं करीत होत्या. एखाद्या भेदरलेल्या मांजरीसारखी मोना त्यांना चिकटून बसली होती.

"अगं, मोना फार खराब झाली. बरंबिरं नव्हतं काय?"

"हुं, जरा झालीये खराब."

"आता काय, बी.एस्सी. करतेय ना?"

"हुं, दुसऱ्या वर्षाला आहे."

सुमित्राबाई कुठलाच विषय वाढवीनात, तेव्हा दादा म्हणाले,

"आता काय इथंच बसणार का? वहिनी आत आहे. आत जा. मलाही जरा सोनाराकडे जायचंय."

काहीतरी पुटपुटत दादा उठून गेले, पण दोघी मायलेकी उठल्या नाहीत. आतल्या दाराकडे पाहत बसल्या. वहिनी बाहेर आल्या नाहीत, हे सुमित्रेला जाणवलं.

घर माणसांनी भरून वाहत होतं. आवाज कोंदून उठला होता. सगळ्यांची नुसतीच घाई दिसत होती. कोण कशासाठी लगबग करतंय, कळत नव्हतं. ओसरीच्या दुसऱ्या टोकाला कामवाल्या काही-बाही निवडत होत्या. मधल्या खांबाला टेकून सोवळी बाई बसली होती. तिच्या हातात काही नव्हतं; पण सतत माळ ओढल्यासारखी बोटं हालत होती. पोरं अंगणातून माजघरात, माजघरातून ओसरीवर, अंगणात पळत होती. ओरडत होती.

या सगळ्यामध्ये मोनाला फार विचित्र वाटायला लागलं. या घरी ती इनमीन तीन वेळा आली होती. सुमित्राबाईंना, इतका लांबचा का होईना भाऊ आहे, हे तिला दोन वर्षांपूर्वीच कळलं होतं, जेव्हा रवी तिच्या गावी आला होता. कुणाशीच फारशी ओळख नव्हती. मामीकडच्या तर कुणाचीच नाही. ओळखीचा खरा फक्त रवी. तो कुठंच दिसत नव्हता.

मनातून ती फार चिडून गेली. आपण येऊन इतका वेळ झाला तरी कुणीही बाहेर येत नाहीय. आईही आत जात नाही. या लग्नघरात सुतक असल्यासारखं किती वेळ बसायचं? प्रवासात एका जागेवर बसून बसून तिची पाठ आधीच ताठून गेली होती. ती जागीच चुळबुळली.

आतून एक पोक्त बाई बाहेर आली.

"तुम्ही सुमित्राबाई ना? बाहेर का बसलात? आत चला." बाहेर तोंड करून ती म्हणाली, "रखमा, बॅगा आत घे गं. पाहुण्यांच्या खोलीत ठेव."

दोघी आत गेल्या. आतही तशीच गडबड होती. सगळे एकमेकांशी बोलत

होते. तसाच आवाज. फक्त अंधार. दोघींनी तोंडंबिंडं धुतली. समोर आलेले चहाचे कप रिकामे करून पुन्हा त्या बसून राहिल्या.

मोना सगळ्या घरात भिरभिर पाहत होती. रवी कुठंय? या खोलीला आतून चार-सहा खोल्या होत्या. सगळ्या सामानानं उतू चाललेल्या. मोना गडबडून गेली होती. मागच्या वेळी ती आली होती, तेव्हा या सगळ्या खोल्यांतून भिरभिर फिरली होती. ओसरीच्या कडेला पाय लटकून खिदळली होती. मागच्या विहिरीवर ओणवून डोकावली होती.

ती ओणवली अन् त्या काळ्याशार थंड पाण्याकडे पाहत ओरडली,

"अय्या, किती खोल आहे रे रवी! मला तर भीतीच वाटते ए, बघ ना!"

"तुझ्या डोळ्यांइतकी खोल विहीर नाही. आपल्याला तर बुवा, या दोन डोळ्यांत बुडून जायला आवडेल!" रवी म्हणाला.

मोना चमकली अन् सुखावलीही.

ती आल्यापासून सारखी रवीबरोबरच होती. रवीची बहीण आजोळी गेली होती. तिच्या बरोबरीचं कुणीच नव्हतं. एवढ्या वर्षांनंतर आलेली बहीण, तिची मुलगी. दादांना अप्रूप झालं होतं.

रवी– तरुण, गोरा, उमदा, मोठाले डोळे, लाल ओठावरची मिशीची रेघ. स्वच्छ हसणं. सारखं बोलणं आणि ती आल्यापासून कधी दुहेरी अर्थानं. कधी सरळ बोलणं– दिलखुलास, आगे-पीछे कुछ नहीं, सगळ्या विषयांवर वाचलेलं. कशावरही बोलायला तयार. घटकेत काहीही बोलून जाईल अन् मोना दुखावलेली दिसली, तर तेच पलटून बोलेल.

"ए, तू आयब्रो-शेपिंग केलं नाहीस?"

"ते काय असतं?"

"हॅ, गावंढळच आहेस. ब्युटी पार्लरला जात नाहीस का?"

"आमच्या तिथं नाहीच्चे." ती हिरमुसून म्हणाली.

"अगं, जाऊ दे. तुला गरजच नाही. नुसतं प्रश्नार्थक पाहिलंस तर बाण थेट मर्मावर लागतोय." रवी

"हरभऱ्याच्या झाडावर चढवू नकोस."

"तो तर मी पेरलेलाही नाही." रवी.

विचारांच्या भेंडोळ्यात वहिनी दारात आल्याचं तिच्या लक्षात आलं नाही.

"कधी आलात?" वहिनींनी जरा तुटकच विचारलं.

"आताच आलोत." सुमित्राबाई झटकन उठत म्हणाल्या. वाकून नमस्कार

केला. डोळ्यांनीच मोनालाही खूण केली. तीही उठली. पुढे होऊन झुकली.

"चहा वगैरे घेतलात?"

"हो."

"अरे लक्ष्मण..." असं म्हणत वहिनी वळल्या. लग्नाच्या निरनिराळ्या कामांत गर्क असल्यासारखं दाखवू लागल्या.

पण विचारांचं भेंडोळं त्यांनाही गिरकवीत राहिलं. दर वेळी त्या बसलेल्या मायलेकी त्यांना नको तितक्या स्पष्ट दिसू लागल्या.

त्या तिघींच्या मनांतले कल्लोळ कुठंही उमटत नव्हते. माजघराच्या अपुऱ्या अंधारात त्या मायलेकी वटवाघळासारखा चिकटल्या होत्या. वहिनींना नेमकं हेच नको होतं.

'इथंही धडपडल्या. या शुभप्रसंगी कशाला यायचं होतं? ह्यांनाच राहवलं नसेल. नसती ब्याद. पण त्यांना तरी काय माहिती? आपणच घेतलं ते पत्र. बरं तर बरं, नाहीतर गोंधळच व्हायचा. पोरगी रोडावलीये की, मागच्या वेळी बरी दिसली. काय ध्यान आहे! ना रूपात, ना गुणात. टळली ब्याद, तर बरी.'

डोक्यात वळवळ घेऊन वहिनी सारख्या आत-बाहेर करीत होत्या. त्या दोघींपुढेही जाणं टाळत होत्या.

एखादा दगड असावा, तशा सुमित्राबाई बसल्या होत्या. एखादा चोर धरून आणावा, तशी मोना.

काय गरज होती इथं येण्याची? आईचं काहीतरीच. बोलायचंच होतं, तर घरी बोलवायचं. पण नाही. काय म्हणतील वहिनी? बोलत नाहीयेत. म्हणजे राग आहेच. रवी कुठं तोंड लपवून बसलाय? सगळेच गप्प बसलेत.

धास्तावलेली मोना अगदी संकोचून गेली होती. जमीन पोटात घेईल, तर बरं.

रात्री जेवणं होऊन निजानीज झाली. परवाचा मुहूर्त. उद्या गडबडीचा दिवस.

सगळं शांत झाल्यावर चिलटासारख्या सुमित्राबाई वहिनींच्या मागं मागंच राहिल्या. कोठीच्या खोलीत दोघीच भेटल्या, तशा त्या खालच्या सुरात म्हणाल्या,

"वहिनी, पत्र मिळालं का?"

"मिळालं."

"मग काय विचार केला?"

वहिनी एकदम उसळल्या.

"काय विचार करायचाय? विचार तर तुम्ही करून ठेवला होता. ते लहान

पोरगं. त्याला अक्कल आहे का कवडीची? पण तुम्हाला कळत होतं ना? भावाचा पोरगा एकटा गठला. घरी गडगंज आहे. छान विचार झाला. माझा झालाय कहार.''

सुमित्राबाईही चिडल्यासारख्या झाल्या.

''आता आम्ही काय केलं? तुमचा पोरगा रोज प्रेमपत्रं लिहितोय. ते कळवलं, हाच गुन्हा किनई?''

''तुमची पोरगी अगदी गोगलगाय हो! एका हातानं वाजतेय का टाळी? पण मी ठाम सांगते, तुमची पोरगी आम्हाला पसंत नाही.''

वहिनी निर्वाणीचं बोलल्या, तसं सुमित्राबाई चपापल्या. पोरीनं शेण खाल्लं. आता निस्तरणं आलं.

''असं काय करता वहिनी? मी दादाला सांगते, झाली, चूक झाली. तिला पदरात घ्या. त्या दोघांचंही चुकलं; पण आपण सांभाळायला पाहिजे.''

''तुमचं लाडकं घुंगरू तुम्ही सांभाळा. मला वाटतच होतं तरी. काय गुलगुल चालायचं. दोन भेटीत पोरगी गळ्यात पडते म्हणजे काय?''

मोना दाराशी उभी होती. आईची लाचारी– वहिनींचा उर्मटपणा– तिला भडभडून आलं. इकडे यायला निघताना आई म्हणाली होती,

''फार लाड केले तुझे, त्याची फळं दिलीस गं बाई! सगळं जग ओस पडलं होतं का? दुसरा नाही मिळाला? का मेलो होतो आम्ही? हौस पडली होती लग्नाची, तर आम्हाला सांगायचंस की.''

आई-वहिनी-रवी आणि आपण. काय केलं आपण? तिच्या पायांना पेटके येऊ लागले. रागानं डोकं बधिर झालं. चौकटीच्या आधारानं धडधडत ती उभी राहिली. कपाळावर घाम फुटला होता. शरमेनं ती मेल्यासारखी झाली होती. आईचं लाचार बोलणं, वहिनींचा उर्मटपणा सहन होत नव्हता. सगळ्या कल्पनांचे जळून कोळसे होताना ती पाहत होती. स्वत:ची लाज वाटत होती. आपण केलेलं प्रेम ही इतकी भयंकर गोष्ट होती, हे कळत होतं. वळत नव्हतं. रवी तोंड दडवून बसला होता. त्याच्यावर ती पेटून उठली होती.

भेकड कुठला – कुठं गेला आता? सगळी लांबलचक पत्रं कुठं गेली? कुठं गेले माझे छान डोळे आणि सुंदर ओठ, माझी बुद्धी – काय जहांबाज आई आहे याची!

सुमित्राबाई म्हणत होत्या,

''आताच सांगा घरात. काय तो निर्णय घेऊनच जाईन मी.''

''मुळीच नाही! इथं लग्नघरी तमाशा नका करू. काय ते नंतर येऊन निपटा. अन् नंतर तरी काय करणार? मी एकदा सांगितलं, ते सांगितलं. ती

पोरगी माझ्या पोराच्या लायकीची नाही.''

वहिनींचा आवाज चढत होता. आईची गयावया वाढत होती. शांततेत आवाजाचे लोट उठत होते. एक एक पाहुणा जागा होऊन दाराशी जमत होता. मेल्या मनानं, चेहऱ्यानं मोना उभी होती. पाहुण्यांत कुजबुज चालू होती.

सुमित्राबाई रडत होत्या अन् लालबुंद चेहऱ्यानं वहिनी निग्रहाचं बोलत राहिल्या.

''पोरगी गळ्यात बांधायची काय रीत आहे! आपलं म्हणायला जा, तर आपल्यालाच फाशी. अगदी वेळ गाठून आल्या, आमचं नाक खाली करायला. स्वतःच्या अब्रूची तरी चाड असावी. चारचौघांत केलं, तर जोराजोरीनं होऊन जाईल वाटलं...''

त्या बडबडत होत्या. घामानं डबडबलेल्या होत्या. दादा दारात उभं राहिल्याचं कुणाच्याही लक्षात आलं नाही. आत येत ते शांतपणे म्हणाले,

''काय झालं सुमित्रा?''

मानहानी, चीड, लाचारी सुमित्राबाईंवर घेरून आली. स्वतःच्या दिवट्याला दोष नाही द्यायचा. पोरीचा दोष काय? कवडीची अक्कल नाही? पंचवीस वर्षांचा घोडा. त्याला समजेना काय? काय आई? अन् मोना? संतापानं अन् असहायतेनं त्या सैरभैर झाल्या. त्या मिणमिणत्या प्रकाशात दाराआडच्या मोनाला त्यांनी दरदरा ओढत आणलं आणि दादांच्या पायांवर लोटून दिलं – ढसाढसा रडत त्या म्हणाल्या,

''काय करायचं, ते करा हिचं. ही तुमच्या कुळाचा वंश वाढवतेय!''

त्या गपकन खाली बसल्या अन् टाहो फोडून रडू लागल्या,

सारं घर शांत झालं. अवाक झालेल्या वहिनींना आताच आपण मयतीला आल्यासारखं झालं. दगडाच्या पायानं दादा उभा होता.

पाहुणे-दादा. मिणमिणता दिवा. ढोरासारखी रडणारी आई – असहाय-लाचार-कोणी काहीही बोललं नाही.

एक एक करत दारापासून माणसं दूर झाली. सुमित्राबाई आणि दादाही.

खोलीत दोघीच उरल्या. उत्तर मिळाल्यासारखी आई उठली. मोनाकडे न पाहता सामानाजवळ गेली.

मोडलेल्या मायलेकी बॅगा घेऊन दारी आल्या आणि अंधारात साथीविना चालू लागल्या.

◆

८

सुरुवात

खरं तर तसं काही गाभूळ वय नव्हतं. म्हणजे तसा खास रापही चढलेला नव्हता. अध्येन्मध्ये असावं, तशी अवस्था. तीही बहुतेक आनंदानं पार करतातच की. आपल्यालाच याची लागण का व्हावी कळत नाही.

म्हणजे सर्वसाधारण अधल्या मधल्या वयात अधल्या मधल्या गोष्टी कळत गेल्या. खऱ्या अर्ध्या. खोट्या अर्ध्या. नाहीतर नुसत्याच वाऱ्यावर पसरलेल्या– घ्यायच्या तर घ्या. सोडून द्यायचंय, तर सोडून द्या, अशा.

कटिंग वाढवून छानपैकी झुपकेदार भांग पाडत जावा, असं एका सुटीत वाटलं. बरं, ते नुसतं वाटून गेलं नाही. वाटायला सुरुवात होऊनही ते धाडस करता येईना. कारण थोडी कटिंग वाढली, की घरातल्या फर्मानबरहुकूम जावंच लागायचं. नाहीतर भाऊ न्हावी घरी येऊन तासून जायचाच.

गावी दुपारी वेळ जाणं अवघड व्हायचं. भर उन्हाला बामनाचा बंड्या बोलवायला यायचा. एरवी त्यालाही घरी सकाळ-संध्याकाळ पाढे-परवचे करावे लागायचे. तो आला, की गल्लीच्या मागच्या उताराला लागायचं. छोटी घळी पार केली, की सपाट जागा लागायची. ती थेट गावाच्या एकुलत्या एका देवळाला भिडायची. मात्र देवळापाशी चिक्कार मोठमोठी झाडं होती. तिथं हणम्या, विक्या यायचे. सोनाराची छकू, गवळ्याची सुंदी, कुमी, परीगा – सगळ्याच यायच्या. मग त्या झाडांमध्ये सगळे खेळ चालायचे.

ऊन-सावलीच्या जाळीखाली नागड्या पायांना रेती न रुतता गेलेले दिवस. तर दुपारच्या खेळात कुमीनं माझे डोळे झाकले, तेव्हा त्या मऊ तळव्यांनी एकदम अंगावर काटे आले. डोळे सोडताना 'साई सुट्ट्यो' म्हणताना तिचे हात अगदी सावकाश माझ्या गालांवरून, कानांवरून गेल्यासारखे वाटले. नंतरच्या लपाछपीत सारखा कुमीला भोज्या करण्याचा माझा हट्ट असायचा. का असायचा

हेही कळायचं नाही. तिचे रेंगाळणारे तळवे रुतून बसावेत, असं वयही नव्हतं. पण सूरपारंब्यात तिला शिवताना मी ठरवलंच, की भाऊ न्हाव्याला डोक्याला हात लावू द्यायचा नाही.

ठरवणं अवघड नव्हतं; पण ओसरीवरून येणारी खणखणीत हाक फार अवघड होती. त्या हाकेनं माझ्या झुपकेदार भांगाचं स्वप्न पार इतस्तत: विखरून जायचं.

त्याच्या नंतरच्या सुट्या एकदमच बदलल्या. अंगणातले खेळ गल्लीत गेले. तिथून देवळाजवळच्या झावळीत गेले. ते तिथं जे गेले, ते पुन्हा घराच्या अंगणात न येण्यासाठीच.

हेच मित्र-मित्र मिळून उन्हाला बाहेर पडले, तरी कुणाच्या जिरायती रानात चक्कर टाकायला तर कधी कुणाच्या मळ्यात. मग येताना रमतगमत बळदं पाहात, पेवं पाहात, बोरी हुळवीत यायचं.

मॅट्रिक झाल्यावर हेही सुटलं.

एकदम भाऊंच्या मनात आलं – शिक्षण शहरातच. बस्स. मग धर्मशाळेसारखं शहरात राहाणं. नाळ तुटलेल्या पोरासारखं एकदम येणारं बेवारशीपण.

दोन खोल्या. गल्लीबोळात. दळण्या-कांडण्यापासून सगळंच वेगळं. सुरुवातीला आई आली. पण तिला हे उपरेपण मानवेना. कधी किलोत दळण माहिती नाही अन् टक्के वाजवल्यावरच काम करणारी माणसंही माहिती नाहीत. त्या टिच-टिच खोल्यांत ती म्हणायची – शेंबडात माशी घोटाळल्यासारखं होतंय. तेही खरंच होतं. पायातल्या पायात अडकून पडल्यासारखं. मातोश्रींनी जरा आजूबाजूच्या ओळखी करून घेतल्या अन् माझी दोन वेळच्या पुख्खंतीची सोय लावून त्या गावी जात्या जागत्या झाल्या.

म्हणजे खऱ्या अर्थानं आमचा वनवास सुरू.

एक वर्ष तर ही खाणावळ ती खाणावळ करीतच गेलं. घटकेत एखाद्या नातेवाइकाकडं भस्सकन जाऊन बसायचं, तर कधी इथं तरी चेंज वाटेल, म्हणून एखाद्या टपरीवजा हॉटेलात खायचं. म्हणजे सगळं वर्ष कॉलेज आणि भागणारी भूक यातच गेलं.

कॉलेजचाही आनंदच होता. बहुतेक वेळेला पीरियड्स नसायचेच. असायचे, ते कळायचे नाहीत. सिलॅबस काय, ते कळलेलं नसायचं. ते कुठं मिळतं किंवा ते असतं, हेही माहिती नव्हतं. कुठलाही संदर्भ न लागता इमाने-इतबारे बापानं इथं शिकायला ठेवलं, म्हणून शिकायचं. त्या चार खोल्यांच्या भिंतीत बसून

टकटक मास्तरकडे पाहायचं. कंटाळा येईल, तेव्हा वहीवर काहीबाही चित्रं काढायची. हे करताना मास्तर काहीच करीत नाही, हे कळल्यावर मग तिथं त्यांचीही चित्र येऊ लागली. सोबत काहीतरी बाष्कळ लिहायचं. आपणच आपली करमणूक करायची. वही द्यायची कुणालाच नाही. ते वर्ष भिण्याचं होतं– शहराला. कॉलेजला. पोरांना.

त्यात पिताजींनी सायन्स घ्या म्हटलं.

शहरात सिनेमे पाहायला मिळणार, भटकायला मिळणार, चमचमीत खायला मिळणार, अशा फुटकळ कल्पनांवर खुश असल्यामुळं सायन्सचं महत्त्व कळणं शक्यच नव्हतं. पहिलं वर्ष तरी तसं. पहिल्यांदा ते जर्नल अन् प्रॅक्टिकल्स, ते हॉल, त्या बरण्या, मोठाली टेबलं अन् झोंबणारे वास यांच्यात आल्यावर; अलीबाबाला गुहा पाहताना झालं असेल तसं झालं.

डोक्यात विचार वगैरे अजिबातच नव्हत. सुसंगती कशाचीच नाही. जर्नल-हॉल-मास्तर यांचा परस्परसंबंध न लागता नुसत्या धुगधुगत्या उत्साहात गेल्यासारखं. पण प्रत्यक्षात मात्र हे आपल्या डोक्याबाहेरचं आहे, हे हळूहळू भीतीपोटी कळायला लागलेलं. म्हणजे दुसऱ्या टोकाला असलेल्या मास्तरची नजर हुकली, तर पळून जावं, असं काहीसं.

पण बसणं आलंच. मागेही त्यांनी झुपकेदार भांग पाडू दिलेलाच नव्हता. आता पळणंही तसंच अशक्य.

मग एक वर्ष जे गेलं, त्याच्या नंतरच्या वर्षी भान येत गेलं– गावाचं, शहराचं, कॉलेजचं.

मागच्या वर्षी आपण अगदीच भोंगळ होतो, हे जाणवलंच. पण एवढ्या अटीतटीत काठाकाठानं या वर्षापर्यंत आलोतच. पुढे काठाकाठानं हे वर्ष काढलं, तर मात्र भाऊ न्हावी न लागताच तासली जाणार, हेही निश्चित होतं.

तेव्हा जिवाचा धडा करून, सगळं धैर्य पणाला लावून पिताजींच्या कानांवर घालावंच लागलं. कारण प्रॅक्टिकल्स वगैरे काही आपण स्वत: केलंय, हे पटवलं, तरी मनाला पटेना. त्याचं सगळं श्रेयच परीक्षक-प्यून आणि मास्तरांना देऊन टाकलं. त्यात खोटंही नव्हतं.

रीतीला धरून त्यांनी ओसरीला बोलावलंच. कशी काय, आईही बाजू घेऊन उभी राहिली. बहुतेक ती शहराचा उपरेपणा विसरली नव्हती. मग अति गंभीर आवाजात इनक्वायऱ्या झाल्यावर ते नुसतेच मोठ्यांदा 'हुं' म्हणाले, तेव्हा बहुतेक पुन्हा त्या फिगर्स, जर्नल्स आपल्या नशिबी आहेत, हे ओळखलं.

दुसऱ्या वर्षी ते फॅ-फॅ करणारे मास्तर फक्त दिसले. बहुतेक बोलणं थेट भिंतीकडून भिंतीकडे, असं वाटायचं. तेव्हा पिताजींना एक अल्टिमेटम पाठवून दिला.

शिक्षणात लक्ष नाही. शेतीत लक्ष घालतो.

गोळी पचली. मग उरलेली सगळीच वर्षं निख्खळ टुकारक्या करता याव्यात, अशी साईड आम्ही घेतली.

म्हणजे एकूण दुसरं वर्ष फारच आनंदाचं आणि सुखासमाधानाचं जाणार हे ठरलंच.

अतीव समाधान झाल्यावर मग मात्र लक्ष उडालं. म्हणजे अभ्यासावरून तर उडालं होतंच, आता स्वत:वरही राहीना.

गेल्या वर्षी मिळवलेले चार-पाच शामळू पोट्टे आता या वर्षी सरावले होतेच. आता गावातले 'ठेपे'ही माहीत झाले होते. वर्षात साधारण आठ-पंधरा दिवस अभ्यास केल्यावर विद्यापीठ पास करतंय, हेही माहिती झालेलं. तेव्हा दावं तुटलेल्या वासरासारखं वाटायला लागलं होतं.

सगळं वर्ष वेगवेगळी थेटरं धुंडणं अन् मिळेल त्या शोला जाणं एवढंच काम होतं. महिनाभरानं साधारण गावाकडं जाऊन आलं, की तिकडंही बरं वाटतं. त्यांच्या चांगुलपणाचा फायदा घेतोय का काय, वाटेपर्यंत पुन्हा इकडं खेचून आणल्यासारखं चटक लागलेलं आयुष्य.

त्यात नंद्यानं अभक्ष्य भक्षण स्थळं दाखविलेली, चवही लागलेली.

कॉलेजात आता पोरं-पोरी यांना बुजणं जवळजवळ बंदच झालं. पण ते सगळेच गुळगुळीत गोट्यांसारखे सटकून गेलेले. एकूण वेगवेगळ्या गावांकडून इथं परवस्तीला आलेले तेच आपले.

–अन् आता आलेलं हे तिसरं वर्ष. ना गाभूळ, ना रापलेलं.

सगळ्या गोष्टी सराईत झालेल्या. म्हणजे शहर, कॉलेज, मास्तर, थेटरं, मित्र, गावाकडची चक्कर, वडिलांचं अचानक येणं...

गेल्या दोन वर्षांत कधी वेळ झालाच नाही विचार करायला– आपण कॉलेजात जातोय, आपण जे वेगळं जग भोगतोय, त्यानं आपल्याकडेही कोणी पाहत असेल. ते आता झालं. सारखं हरवलेपण, बुजरेपणाही नाही. उलट, कुणीतरी पाहावं, ओळखीनं हसावं, सलगीनं पाठीवर थाप मारावी, असं.

तर मागच्या वर्षी भीत भीत गॅदरिंग अटेन्ड केलं. जेव्हा आपल्याकडं कुणी बघत नाही, असं झालं, तेव्हा तर चक्क जिभेखाली बोट खुपसून शिट्ट्यासुद्धा फुंकल्या, पण एकूण बुजत बुजत.

या वर्षी सरावलेले डोळे अडखळायला लागले. धडपणी कळेना, काय

करावं ते. म्हणजे सुरुवाती-सुरुवातीला सगळी शहरी छबकडी पोरं जेव्हा पानाबरोबरच पोरींचे विषय चघळायचे, तेव्हा आम्ही सोवळ्या बामनासारखे बसायचो. आता त्यांचे विषय संपले, तेव्हा आमच्या डोक्यात किडे वळवळायला लागले.

बहुतेक चांगल्या पोरी, सात-आठ पोरांनी एक अशा पद्धतीनं बुक झालेल्या. म्हणजे त्या इतक्या पोरांना कशा मिळणार, ही आमची चिंता. ग्रुप ग्रुपनं उभं असताना पोट्टे एकमेकांत म्हणायचे 'वो लाल दुपट्टेवाली अपनेवाली है हां... तेरी भैन है... समझे क्या बे?' असं म्हणत ही ही करीत एकमेकांच्या पाठीत गुद्दे घालायचे. आपण आपले थेट धांदरटासारखे शर्टाच्या टोकाला धरून उभेच.

मग एक 'जनगणने'सारखं कामच होऊन बसलं. बाकीचं रूटिन तसं फिक्सच होतं. तेव्हा परीक्षेपर्यंत चिक्कारच वेळ होता. मग उरलेल्या वेळात पोर्चात बसून किंवा ग्राऊंडमध्ये बसून निरीक्षण करायचं.

आमच्या गाववाल्यांच्या ग्रुपनं याचं एक नाव ठरवून टाकलं. नुसतं काय केलं आज विचारलं अन् उत्तर आलं, 'नेत्रसुखदर्शन' की समजून घ्यायचं.

रात्री मात्र कधीतरी कुमीचे मऊ तळवे उगीचच आठवायचे.

गावाकडे राहिलो असतो, तर आतापावेतो एखादी तरी गठली असती, असं वाटायचं. मग हा विचार झाडून टाकता आठ-आठ दिवस निघून जायचे.

तेवढ्यात एक गंमत झाली. आम्हा लोकांना गावात किंवा घरी वेळ देण्याचा प्रश्नच नसल्यामुळं कॉलेजच्या सगळ्या कार्यक्रमांना हजर राहायचो. मग ते कविसंमेलन असो, नाहीतर नाटक, चर्चा, खेळ – काहीही.

तर इनडोअर गेम्सच्या हॉलमध्ये गेलो. बाजूला एकावर एक बेंच रचून ठेवले होते. तिथं जाऊन बसलो. खेळण्याचा प्रश्नच नव्हता. असला काही खेळ असतो, हेच इथं आल्यावर पाहिलेलं. पण बरं वाटायचं. पोरी असायच्या. त्यांच्या लवचिक हालचाली पाहताना 'नेत्रसुखदर्शन' प्रोग्रॅमही व्हायचाच.

तर बसलो. मी अन् गाववाला. तेवढ्यात काही खेळाडू आलेच. दोन पोरीही आल्या. त्या आपल्या नव्हत्याच. इतक्या भन्नाट पोरी म्हणजे अकरावीपासून टी.वाय.पर्यंतच्या प्रत्येकानं मनातल्या मनात बुक केलेल्या. ते कायसं बोलले. त्यातली एक शेलाटी पोरगी थेट मी बसलो होतो, त्या बेंचजवळ आली. तेव्हा अक्षरश: मला कुठं अन् कसं बसलोय हे कळेना. ही इतक्या जवळ कशासाठी आलीये, तेही कळेना. काय बोलतेय, हे कळायलाही अवकाश गेला. मी इतका गोंधळलो, की पोरगीच पहिल्यांदा पाहतोय अशी अवस्था झाली. पुढे ती काय बोलली, हे कळत नव्हतंच तसं; पण तिला डबल्समध्ये पार्टनर पाहिजे होता.

माझ्या एकूणच वेंधळेपणावरून मी काय खेळणार, हे तिला कळायला पाहिजे होतं; पण बहुधा आपले स्टार्स जोरात म्हणून की काय, ती आग्रह करीत होती, "नुसती रॅकेट धरून उभं तर राहाल?"

मी मनातल्या मनात तर केव्हाच टेबलपाशी पोचलो होतो, पण बेंचावरून उतरताना पँट अडकली पायात, तेव्हा चक्क तिनं हात उंचावून मला हात दिला.

एकूण मागची दोन वर्षं फुकटचं गेली. आता खरं म्हणजे गाभूळ वय नाहीही; पण अजून दोन वर्षं आहेत, हेही जाणवायचे दिवस आलेच.

◆

९

मृत्यू

त्याचं आणि नीनाचं प्रेमप्रकरण बरचं गाजलं. आम्हाला कळलंच. त्यानंही लपवलं नाही. लपवण्यासारखं काही नव्हतं. ते फिरले असतील, त्यांनी सिनेमे पाहिले असतील, सगळ्या रस्त्यांच्या कडेच्या सुनसान जागा, दाट डेरेदार झाडांच्या सावल्या त्यांनी भोगल्या असतील. हिरव्या मळ्याच्या बांधाला नाजूक ओल्या कोवळ्या गवतावर त्यांची स्वप्नं धुंदावली असतील अन् आभाळाला भिडली असतील. हे करीत असताना तो सारखा धुंद दिसायचा. त्याच्या चपळ, जिवंत हालचाली, बिनधास्त वागणं, त्याच्या फॅशन्स, त्याच्या स्टाइल्स – सगळं त्याचं असायचं अन् या सगळ्यात मागे नीनाची आवड रेंगाळत असायची.

त्याचा तो खोल आनंद आम्ही तटस्थतेनं पाहायचो. पण कौतुकानं. त्याच्या अस्थिर डोळ्याकडे पाहताना अगदी असूया वाटायची. त्याच्या निळ्या डोळ्यांनी त्याची स्वप्नं संपविली नाहीत. उलट उधळली. मी आई म्हणून त्याच्या भराऱ्या, त्याची सळसळ, त्याच्या चेहऱ्यावर उठणारे तरंग पाहातच राहिले.

एक दिवस अचानक एक घटना घडली अन् त्याचं आयुष्यच बदललं. नीनाला अपघात झाला. त्यात ती गेली.

तेव्हापासून आजपावेतो, तो म्हणजे आमचं एक दुःख झालं. त्याचं दुःख त्याला; पण तो स्वतः म्हणजे एक प्रचंड कडेलोटच होता. आमच्या सहनशक्तीबाहेरचा. त्याच्या अफाट दुःखानं त्यानं जिवाचं काही करू नये, म्हणून जमेल ते सगळं करणं आलंच. ते केलंही. काळच यावर औषध आहे, म्हणून दमानंच घ्यायचं ठरवलं.

दिवसामागून दिवस गेले. रात्रीमागून रात्री गेल्या, त्याच्या दृष्टीनं बहुधा दिवस-रात्रींतला फरक गेला. सूर्य उगवला, मावळला, तरी त्याच्या हालचालींवर त्याचा परिणाम दिसेना. स्वतःचं काहीच अस्तित्व नव्हतं असं झालं. मग

जगरहाटी त्याच्या दृष्टीनं संपलीच. त्यानं दिवस-रात्रीचं चक्र थांबवलं. काळाला एका प्रवाहात टाकलं. मग जगण्याचं एक चक्र चालू राहिलं. त्याचे भाग करून विभागणी करणं फक्त सोडून दिलं. तो जागा तेव्हा तो दिवस. झोपेल ती रात्र. बोलेल ते जिवंतपणाचं लक्षण. न बोलणं म्हणजे अस्तित्वाचा दगड करून जिवाच्या अट्टाहासानं काळाला थोपवून धरणं.

त्याच्यापुरतं हे संपलं आणि आम्ही काळोखगर्भ विवरात गेलो. आमच्या अस्तित्वापेक्षा त्याचं अस्तित्व आम्हाला तीव्रतेनं जाणवू लागलं. हा बधिरपणा आहे, का दु:ख, की सडलेला शरीराचा न तुटता लोंबकळत राहणारा भाग हेच समजेना. तो तुटावा असं वाटत नव्हतं. तुटला, तर उरलेल्या जगण्याचा अर्थ संपून जातो. हा राहील तर त्याच्याबरोबर आपणही त्या थंड पोकळीत शिरून राहावं. जिथं काळानं पोकळीच्या बाहेर निरर्थक फिरत राहावं.

त्याच्या बोलण्याचा आम्ही धसका घेतला. त्याच्या उठण्याबसण्याचा विचार करू लागलो. एखादं ठिगळ लपवावं, तसं त्याला झाकू लागलो अन् उपऱ्या जगात फसव्या हसण्यानं, सगळं छान चालल्याचं नाटक रंगवू लागलो. त्याचं जिवंत राहणं हा आमच्या आयुष्याचा खरा अर्थ होता. मग उघड्या जगात खोटेपणानं जगतानाच्या वेदना जाणवू लागल्या. त्याला एकटं-एकटं आंधळ्या डोळ्यांनी अधांतरी बघताना आमचे डोळे पाण्यानं काळे झाले. पुढे पुढे त्याच्या उघड्या डोळ्यांचा आंधळेपणा आमच्या शरीरांनी पचनी पाडला. कोरड्या डोळ्यांनी धाय मोकलत त्याचं अस्तित्व आम्ही सोशीत राहिलो.

मग सगळे सोपस्कार केले. सगळे प्रयोग झाले, डॉक्टर्स झाले, गंडे, दोरे झाले. गुलाल टाकलेल्या भाताचे नैवेद्य झाले. मरीआई झाली. शितळादेवी झाली, म्हसोबा, सटवाई झाली. फकीर, वैद्य, साधू झाले. अज्ञात अवकाशात असणाऱ्या सगळ्या देवदेवतांना आळवून अगदी कोरडे कोरडे झालो, तेव्हा त्याच्या अस्तित्वाचा पहिल्यांदा भार वाटला. हतबल होऊन डोळ्यांच्या गोट्या करणं हाती होतं. तेच केलं. आमच्या सामाजिक आयुष्याच्या कडा आपोआपच संकोचून आकसल्या. त्याच्यासाठी कुणाची सहानुभूती नको होती. त्याला जे पाहिजे, ते मिळत नव्हतं. आमच्या पदरी मात्र ओटीभरून कीव पडत होती. त्याला जे कळावं अशी आमची इच्छा होती, ते सारं सारं दुसऱ्यांना एका वाक्यात कळत होतं.

डॉक्टरांच्या मते त्याला जाणिवेची एक बोच हवी होती. आमच्या प्रयत्नांची शस्त्रं बोथट होती. तो काय विचार करतो, कुठं बघतो, कशासाठी बघतो, काही कळत नव्हतं. त्याच्या अगम्य हालचालींचा सतत अर्थ लावत बसणं, एवढा एकच पांगळा मार्ग होता.

सकाळी तासभर त्याचं वर्तमानपत्र वाचन चालू असताना आम्ही सगळे विलक्षण शांतता पाळायचो. त्याच्या डोळ्यांत जाणिवेची एखादी कळ उठली, तर धडपडून जिवाचं रान करून, ती एक छटा जिवे पकडून ठेवण्यासाठी धडपडायचो. त्याच्या शांत क्षणात आमच्या बोलण्यानं वादळ उठवायचो. आमच्या आशा फडफडायच्या; पण पुन्हा जड शिळेसारख्या बसलेल्या त्याला पाहिलं की मनातली वादळं घोंघावत उठायची.

परवा आमच्या ओळखीतले श्यामराव सकाळीच आले. हा समोर होता. त्याच्या एकूण परिस्थितीची शामरावांना कल्पना नव्हती. त्यांचे वडील वारले होते. ती बातमी सांगायला ते आले होते.

मी बैठकीत आले, तसं त्यांचा चेहरा पाहून मला धस्स झालं.

''काय झालं?'' मी काळजीनं विचारलं.

ते म्हणाले,

''आज सकाळीच बाबा गेले. आम्ही कुणीच जवळ नव्हतो.''

श्यामराव गप्प झाले.

एकाएकी जमीन हादरावी, तसा हा हलू लागला. प्रथम माझ्या लक्षातच आलं नाही.

त्याच्या हातातलं वर्तमानपत्र थरथरू लागलं. जमिनीवरचे त्याचे पाय त्यानं जमीन घट्ट धरून ठेवल्यासारखे रुतून बसले. डोळ्यांत एक वेगळीच चमक आली. ओठ थरथरू लागले.

भीतीनं मी गळून गेले. एक-दोन क्षण, काय करावं, कळेना. मी त्याच्याकडे धावले. त्याचं डोकं धरलं. पण त्याने एकदम माझे हात झटकले. एखाद्या धीरोदात्त माणसासारखा त्याचा चेहरा झाला. शांत आवाजात तो म्हणाला,

''हॉस्पिटलमध्ये होते?''

''तुला कसं माहिती? आम्ही काल रात्री त्यांना ॲडमिट केलं.''

'मरण फक्त दवाखान्यात येतं किंवा अपघातात. तिसऱ्या ठिकाणी ते येतच नाही.'

मी आणि श्यामराव गप्प होतो.

तो, पोहऱ्याची दोरी सुटावी तसा सुटला.

''एक तर लवकर कोणी मरतच नाही. आजार आला, की दवाखान्यात जातात. मग यमाला तिथं जावंच लागतं. मग फार फार दिवस कोणीच मरत नाही. मोकळ्या हातानं दोरीचा फास घेऊन तो अफाट पुरुष आसमंतात फिरत राहतो. मग तो काळकुट्ट अंधार चिडतो. त्याच्या हातापायाखाली येणाऱ्या माणसांना, मुलांना चिरडून टाकतो.''

मी पोटतिडिकीनं त्याला जवळ घेतलं. त्याच्या तोंडावर हात ठेवला. अवाक झालेले श्यामराव घाईनं उठून गेले.

अजूनही त्याचे हात-पाय थरथरत होते. तो बडबडतच होता,

"माणसं साधी मरत नाहीतच. चिवट चिवट असतात. सतत सतत त्या जिवंतपणाला धरून ठेवतात. प्रत्येक क्षणाला मरणाच्या भीतीनं जगतात."

त्याचे हात वाकडे झाले. तोंडातून लाळ गळू लागली. आवाजाची थरथर वाढली.

"सतत मरणाच्या सावलीत जगणं– स्वत:च्या सावलीला जपत राहणं– देह गेला, की ती जाते, म्हणून तिला चिकटून चिकटून सदेह सूर्याला समोर ठेवणं, म्हणजे डोळे अंधारत नाहीत. अंधाराच्या पलीकडे जाणं नको– जे गेले, ते परत आले नाहीत. जे राहिले, ते भक्क उजेडात. त्या अंधाराच्या पलीकडचं शोधताहेत – मी शोधतो. तुला पाहतो. त्या अंधाराला धरून ठेव – एकदाच – एकदाच."

बोलता बोलता तो धपापू लागला. त्याला धरून ठेवणारे माझे हात लुळे झाले. त्याला त्या अंधारात शिरताना मी भरदिवसा पाहिलं.

✦

१०

शिक्षा

या गावात पुन्हा येणं होईल असं वाटलं नव्हतं; पण विश्वास मेडिकल ऑफिसर म्हणून इथं आला होता. मलाही सुटी होती. म्हणून चार-सहा दिवसांसाठी मी आलो होतो. सगळं शालेय शिक्षण इथंच झालेलं. ओळखीही खूप होत्या. सुटी, भरपूर जेवण आणि झोप. जीव आळसावून गेला होता. सहज व्हरांड्यात जाऊन उभा राहिलो. तेवढ्यात लोकांचे थवेच्या थवे जाताना दिसू लागले. घाई, उत्सुकता त्यांच्या चेहऱ्यावर, तशी चालण्यातही वाटत होती.

बोलत कुणीच नव्हतं. नुसती हालचाल, लगबग. काही मुलं पळत होती. काही बायका होत्या. सगळ्यांची चालण्याची दिशा एकच होती.

हा बंगला तसा गावाबाहेरच होता. आठवड्याच्या बाजारापलीकडे इथं गर्दी कधी दिसली नव्हती.

मी गड्याला म्हटलं,

"कुठं चाललीत रे सगळी माणसं?'

या प्रश्नाची वाट पाहत असल्यासारखा कासम उभा होता, हे माझ्या आत्ता लक्षात आलं. तो जवळ आला, म्हणाला,

"साहेब, तुम्हाला माहीत नाही?"

"नाही बुवा! काय झालं?"

"अपने मास्टरसाहबकी बेटीने जान दे दी!"

"जीव दिला? कुठं? कधी?"

माझ्या आश्चर्याला पारावार नव्हता. मास्तरांची कुसुम!

"चलो, अपने गच्चीपरसे दिखाता साब!"

एवढं म्हणून कासम जिन्याकडे गेलाही. पाठोपाठ एखाद्या कळसूत्री बाहुलीसारखा मीही गेलो. गच्चीवरून लांब हात करून कासमनं मंदिराकडे बोट

केलं. देवीच्या देवळापाशी मुंग्यांसारखी माणसं दिसत होती. मध्यभागी पांढरट आकृती पडलेली होती.

दोन टागांत जिना पार करून मी खाली आलो. विश्वासला ओरडून सांगितलं अन् रस्त्याला लागलोही.

रस्त्यानं बाकीच्या घोळक्याबरोबर मीही झपझप चालत होतो. कुणी ओळखीचं दिसतं का, पाहात होतो. बहुतेक घोळक्यांतून खालच्या आवाजात चर्चा होई. परत गपगार. माणसं चालत.

देवळापाशी खूप गर्दी होती. दुपारचं कढत ऊन. हवेत प्रचंड धूळ. उन्हाळ्याची रखरख. देवीजवळचा रोडका, पानाचा पत्ता नसलेला चाफा केविलवाणा वाटत होता. वातावरणात अस्वस्थता. जवळजवळ कोणी कोणाशी बोलत नव्हतं. काळोखात एखाद्या जंगलात शिरल्यासारखी भयानक जाणीव मला चाटून गेली.

दीपमाळेच्या पायथ्याशी कुसुमचं शव होतं. अजून झाकलं नव्हतं. पंचनामा झाला नव्हता. लांबच्याच गर्दीत मास्तर बसले होते. बोडकं डोकं गुडघ्यात खुपसून. मुलगा मागं बसलेला होता.

गर्दी पार करीत मी मास्तरांपाशी पोचलो. पण उच्चारायला शब्द नव्हते. तसाच उभा राहिलो. शून्य चेहऱ्यानं उभ्या असलेल्या त्यांच्या मुलाच्या चेहऱ्यावर मला ओळखत असल्याचं कुठलंही चिन्ह नव्हतं. अपेक्षितही नव्हतं. खाली बसून मी मास्तरांच्या खांद्यावर हात ठेवला. त्यांनी डोकं वर केलं नाही.

ताण असह्य होता. कुसुम ओळखीची होती. काही कळत नव्हतं, कोणी बोलत नव्हतं. तिच्या आईसकट एक घोळका बाजूला बसला होता. भर उन्हात मुकाट रडत बसलेल्या त्या बायकांकडे पाहून मला एकदम भडभडून आलं. शेवटी पुन्हा एकदा मध्ये पडलेल्या त्या देहाकडं पाहिलं. ते मुडपलेले पाय, एका कुशीवर पडलेलं शरीर, आभाळाकडे तोंड. मरणाच्या कल्पनेनं मी एकदम खचून गेलो.

उत्सुक. अस्वस्थ. मी घरी आलो, विश्वास घरी नव्हता. कासम अन् मी व्हरांड्यातच बसलो. धुळीनं भरलेला समोरचा रस्ता. अजूनही मळकट कपड्यांत वावरणारे माणसांचे थवे. हाडांच्या सापळ्यासारखे. झाडं, सावली नाही. शांतता नाही. प्रखर सूर्य.

मृत्यू-अस्तित्व. केवढा प्रचंड झगडा आहे. कोणाच्याही मृत्यूनं माणसाला स्वत:चं अस्तित्व किती तीव्रतेनं जाणवतं! थोड्या वेळानं कासमला मी म्हणालो,

"कशामुळे केली असेल रे आत्महत्या?"

सांगावंसं वाटत असलेला कासम स्वत:वर जमेची बाजू न ठेवता म्हणाला,

"माहीत नाही साब, हे गाववाले काहीबी बोलतेत. पण मास्तरसाब फार

भला मानूस. इतकी वर्षं गावात आहे; पण अजून एक धब्बा नाही तेच्यावर. पर पोरगी वेगळी निघाली साब!''

मी फक्त पाहत होतो. ऐकत होतो.

''जवान बेटी घरात. मास्तराला सारा जगच त्याच्यासारखा वाटतो. तेच्या घरी पोरगा यायचा साब. लई येणं-जाणं वाढलं, तवा साऱ्याच लोकाला वहीम आला, का पोरीची भानगड हाये. तिच्या भावालाबी कळलं साब. तवा लई मारलं तिला. कोंडली होती म्हणत्यात. मग त्या पोरालाही धरून मारला, ठोकला. लई तमाशा झालता, पर पोरगी बहाद्दर साब. भेटायची तेला. त्या पोरालाबी मी पाहिलंय साब. पर मार खाल्ल्यावर पोरगा गायब झाला. लहान गावात काय झाकत नाय.''

तो गप्प झाला. मग आवाज खाली आणीत खाजगी स्वरात म्हणाला,

''साब, पोरगी पोटुशी होती.''

मी अवाक झालो. काही बोलायचं सुचेना. तेवढ्यात विश्वास आला.

''विश्वास, खरं आहे का रे हे?''

''अरे, प्रेम सारं जग करतं. काय जगावेगळी होती का गोष्ट?''

त्याचा स्वर विषण्ण होता. इथं आल्यापासून तो नेहमी मास्तरांकडे जात-येत होता.

''पण आत्महत्या कशाला करायची? दुसरे हजारो मार्ग आहेत. ती सज्ञान होती. आता जग कुणीकडे चाललंय?'' मी म्हणालो.

''तसं नाही ते. चार दिवसांपूर्वी मास्तर आले होते माझ्याकडे. खूप रात्री! सगळं गाव त्यांची छी थू करत होतं. त्यांचं घर समाजानं वाळीत टाकलं होतं. आले ते रडायलाच लागले. मलाही सुचेना. शेवटी बोलतं केलं. कुसुमविषयी माझ्याही कानावर येतच होतं! पण हे भलतंच होतं. मास्तर म्हणाले, 'पोरीनं काळं फासलं. पोटुशी आहे,''

फूटभर उडालो मी. लहान गाव. कुलीन घर. पवित्र पेशा आणि बेअब्रू.

विशूदा पुढे म्हणाला,

''मास्तर पाय सोडीना. ती पोरगी कुणाला जवळ येऊ देईना. मी भेटायला गेलो तर लांब उभी राहिली. किती वेळ काही बोललीच नाही. शेवटी... 'सगळे लोक माझ्यावर संशय घेतात.' म्हणून हमसून हमसून रडायला लागली. बराच वेळ थांबलो, शेवटी घरी परतलो. आज ही बातमी.'' त्यानं सुस्कारा सोडला.

वेळेची जाणीव बोथट झाली होती.

दवाखान्यातून निरोप आला, तसा विशूदा उठला.

''चला, पोस्टमॉर्टेम आहे.''

"मी येऊ का? पोस्टमॉर्टेममध्ये काय ते कळेलच."

"चल..." म्हणत आम्ही बाहेर पडलो.

टेबलावर ठेवलेल्या शवापाशी विशूदा उभा होता. कुसुमचा विलक्षण केविलवाणा चेहरा दिसला. क्षणभरच! दुसऱ्या क्षणी शस्त्रानं शरीर दुभंगलं. टेबलापासून थोड्या अंतरावर मी उभा होतो.

एक एक अवयव चिरीत डॉ. विशूदाचे हात खाली खाली येत होते. शवागारात विलक्षण शांतता होती. प्रत्येकाच्या चेहऱ्यावरचे स्नायू ताठरल्यासारखे झाले होते.

तेवढ्यात विशूदाचा एकदम सुस्कारा टाकल्याचा आवाज आला. त्यानं माझ्याकडे पाहिलं.

"इकडे ये."

मी पुढे झालो.

पोटातल्या लहानग्या अवयवाला वर उचलत विशूदा म्हणाला,

"बघ. व्हॉट अ इनोसंट लिटल यूटेरस! नथिंग इज देअर. ओ गॉड!"

त्यानं पिशवी अलगद सोडली. जिथल्या तिथं.

निष्पाप गर्भाशय! छोटं, गुलाबी, अनुभवहीन निष्पाप गर्भाशय!

बाहेरची जीवघेणी शांतता! प्रचंड गर्दी! टेबलावर पडलेलं प्रेत.

माझ्यापुढे गर्भाशयाची पिशवी भोवंडून फिरू लागली.

निष्पाप गर्भाशय! निष्पाप कुसुम! – अन् बाहेरची गर्दी.

✦

११

अगतिक

कमरेतली रग जिरवीत सावित्रीबाई बसल्या होत्या. जागीच हालचाल करून त्या थकल्या होत्या. तोंड उघडायची सोय नव्हती. अंधाऱ्या खोलीत लुळे पाय झाकीत पिचपिच्या डोळ्यांनी त्या भाऊंकडे पाहत होत्या.

पारा गेलेल्या मोठ्या चौकटीच्या आरशासमोर ते उभे होते. संतापानं त्यांचं डोकं ठणकत होतं. आपल्या अधू डोळ्यांनी त्या अस्पष्ट दिसणाऱ्या स्वत:च्या छबीकडे पाहात ते हातवारे करीत होते. बोचऱ्या बोळक्यातून पुटपुटत होते. मागे डोळे बारीक करीत बायको पाहतेय, हेही त्यांच्या गावी नव्हतं.

'मी ऽ ऽ' ते मोठ्यांदा मनातल्या मनात ओरडले. मी ऽ ऽ मी ऽ ऽ करीत त्यांच्या कोरभर डोळ्यांच्या कडांवर पाणी साचलं.

'भावड्या– अरे – बघतो काय ? हिंमत असेल, तर नीघ इथून.'

'नाही नाही.' त्यांनी मान हलवली.

'गोचीड... गोचीड... स्वत:चंच रक्त पिणारा – भावड्या, तू गोचीड आहेस.' त्यांचे डोळे पुन्हा बारीक झाले. ओठ आवळले.

ते त्या आरशाच्या चौकटीवरून हात फिरवू लागले. हल्ली घरातल्या प्रत्येक जुन्या वस्तूबरोबर ते स्वत:ची तुलना करायचे.

पडकी भिंत, तुटका दरवाजा, पारा गेलेला आरसा, दारात लोचटासारखा बसलेला, मरतुकडा, हाडीहाडी झालेला कुत्रा.

ते वळले.

"मी, बरं का सावित्रीबाई..." ते मोठ्यांदा म्हणाले, तशा त्या दचकल्या. डोळे आणखीच रेषेसारखे करीत पाहू लागल्या.

"मी जातो आता..."

त्या बोलल्या नाहीत. जन्मात कधी 'कुठे जाताय?' हा प्रश्न विचारला

नाही. आता त्यांच्या भरकटलेल्या अवस्थेत तो विचारला, म्हणजे जाळात तेल. त्या उगीउगी झाल्या.

भाऊंच्या मनात आलं,

कुठं; एवढं तरी विचारतेय का! जा मसणात भावड्या. ते कार्टं तसं, ही म्हातारी अशी. त्या दीड-दमडीच्या साहेबिणीचा तर तोरा विचारूच नका.

ते पुन्हा आरशाकडे वळले.

'चहाचा कप आपटते समोर! रामरावाच्या? माझ्यासमोर कर की थेरं. मी आहेच आहे निगरगट्ट, निर्लज्ज, लोचट. घोंघावणाऱ्या माशीसारखा. लोटला तरी पुन्हा पुन्हा येणारा.'

'भावड्या, अरे, काय दिवस आणलेस स्वत:वर? दारच्या पाहुण्याला चहा देऊ शकत नाही? त्याच्या जिवावर घर चाललंय का? या रघ्याच्या? अन् मीऽऽ मीऽऽ मी...'

ते थबकले. पुन्हा संतापानं त्यांचा कब्जा घेतला.

तरातरा ते खुंटीजवळ गेले. जुना खादीचा कोट काढून अंगात घातला.

सावित्रीबाई दातखीळ बसल्यासारख्या झाल्या. त्यांच्या अंगात शर्ट नाही. नुसताच कोट घालून निघालेल्या भाऊंकडे त्या भित्र्या नजरेनं पाहू लागल्या. झटक्यात त्यांनी कोट ओढला होता. त्या भिंतीकडे पाहू लागल्या. खुंटीला झटका बसून जुन्या भिंतीतून भुरुभुरु माती गळली अन् थांबली.

गाठी मारलेलं धोतर अंगावर ठेवून निघून जाणाऱ्या भाऊंकडे मेलेल्या डोळ्यांनी पाहत सावित्रीबाईंनी सुस्कारा टाकला.

भाऊंना कोटाच्या गुंड्याही लावायचं सुधरेना. हातांची थरथर थांबवत त्यांनी अनमानधपक्यानं गुंड्या अडकवल्या. तरातरा चालायला लागले.

नोकदार टोकावर फिरणाऱ्या भिंगरीसारखं त्यांचं झालं. बोडक्या डोक्यानंच ते बाहेर पडले होते. बाहेर डोकं जास्त भणकलं.

लाज!

एकाच शब्दावर त्यांची भिंगरी फिरत होती.

'काही लाज आहे का तुम्हाला?' रघ्या ओरडला.

'कुणाची लाज काढतोस, गाढवा?' ते थरथर कापत, लटपटत्या पायांना घट्ट रोवीत ओरडले, 'तुझ्या सख्ख्या बापाची?'

'मग काय आरत्या ओवाळू? सून म्हणजे नोकर आहे का ऊठसूठ चहा शिजवायला?'

'रघ्या, अरे, साध्या चहावरून लाज काढतो का बापाची?' ते पुन्हा पेटले.

लटपटत्या पायांनी चालत राहिले. त्यांच्या अंगाचा काप थांबेना. छातीची

धडधड वाढली. वाळक्या छातीचा पिंजरा धपापू लागला. त्यांचा काटकुळा देह रखडत चालू लागला.

एवढंस पोरगं. मग्रूर. मला बाहेर काढतो काय? स्वतःच्या बापाला? बेजबाबदार! नोकरी नव्हती घोडम्याला. शिक्षणात ढब्बू. किती सांभाळला याला. आता चार दिडक्या कमावतो, तर दिमाख दाखवतो?

रक्ताचं नातं खरं नाही. त्या दोन दिवसांच्या पोरीचं खरं आहे. ती सांगते, हा हलक्या कानाचा चिपाड ऐकतो.

त्यांच्या प्रत्येक वाक्यावर काठी जोरात आदळत राहिली– त्या रस्त्यालाच हडसून खडसून जाब विचारत राहिल्यासारखी.

रिकाम्या डोक्यानं ते चालत राहिले. स्वतःच्याच तंद्रीत.

लखकन व्हावं तसं त्यांना झालं.

'आपलं ब्लड प्रेशर वाढलंय का? छातीचे ठोके जोरात पडताहेत. पाय अडखळताहेत का? हात कापतोय?'

ते थांबले. मोकळ्या हातानं काठी धरलेल्या हातावर बोटं टेकवून टिकटिकणारी नस चाचपडू लागले.

ज्वर आहे का? गरम वाटतंय. नसेलही.

ते तसेच थांबले. कपाळावर घाम आलाय का पाहत.

कुठं जायचंय मला?

घरी नक्कीच नाही – आतूनच उत्तर आलं.

घरी नाही.

चला. चालतच राहायचंय.

किती दिवस?

चालतच आलोय.

न दिसणाऱ्या त्या अंधाऱ्या ठिपक्यात मिसळेपर्यंत... तुटलेल्या माळेसारखे विचार.

रघू झाला, तेव्हा कोण आनंद झाला होता. अगदी कलावंतीणीचं गाणंही केलं होतं आपण!

एका झटक्यात त्यांना त्या वेळी झालेल्या आनंदाचाही राग आला.

'रघ्या...' ते पुटपुटले.

दोन्ही पाय लुळे पडलेल्या सावित्रीचा तर त्यांना आत्यंतिक राग आला. किती तरी वेळ नुसते ते लुळे पायच त्यांच्यासमोर नाचायला लागले.

ते पाय फरफरा ओढत नेऊन लांब पुरून टाकावेत. समोर नकोत ते.

पुरण्याच्या कल्पनेनं त्यांना एकदम थकल्यासारखं वाटलं. मग रस्त्याच्या

कडेला ते चक्क बसले.

अंगावर शर्ट नाही. नुसता कोट. कोटाची बटणं कुठं लागलीत, कुठं तुटकी, खाली काळंकुट्ट घरातलं धोतर. बोडकं डोकं.

स्वतःच्याच नादात ते उकिडवं बसून राहिले, काठी तशीच उभी धरून. गुडघ्यात कळ उठली. मनानं ते पुन्हा उठून चालू लागले.

सावित्रीचे लुळे पाय डोळ्यांपुढे नाचू लागले. जमीनदाराची सून. मेण्यातून जाणारी. शाल पांघरून. त्या पायासारखाच मेणा गेला. शाली गेल्या. मेण्याची लाकडं बेभाव विकून खाल्ली. मग गरत्या बाईसारखा दोन्ही खांद्यावर झाकायचा पदरही गेला. ठिगळं आली. आता ठिगळं लावायलाही काही उरलं नाही.

सावित्रीच्या आठवणींनं ते एकदम गलबलले. दोन वेळा धड जेवण नाही. एकदा तांबडा चहा. कुणाची तरी येणारी चतकोर, आर्धी वाटी भाजी. तेही जात नाही. अंथरुणाखाली वाटी झाकून तेही भाऊंपुढेच यायचं.

सावित्री.

भाऊंना ढसढसून रडू आलं. छातीत भरून आलं. घसा दबून गेला. कितीतरी वेळ त्या फाटक्या ठिगळात ते गुंतत राहिले. पडत राहिले. कोलमडत राहिले. कोसळत गेले.

सावित्रीला पुरायला निघालास? कृतघ्न आहेस रे भावड्या. खंडीभर धान्यावर जे समाधान तिनं दाखवलं, तेच पसाभर धान्यावर दाखवलं. फाटक्या पदराखाली रघ्या वाढला. डोळे भरून आणले नाहीत. शेजारणीनं दिलेलं एखादं केळंही सुनेला चोरून तुलाच देते!

भाऊंना पुन्हा हमसून रडू आलं. रडताही येईना. ते जागीच गदगदा हलायला लागले. फाटक्या धोतराच्या सोग्यानं नाक पुसू लागले.

– त्यांना स्वतःचाच राग आला.

काय आयुष्य आहे माझं? दर सणाला जेवणावळी दिल्या. आता चतकोर तुकड्याला महाग झालो. कितीक कुटुंबं पोसली, आता पोराच्या दारी आश्रितासारखा राहतो. त्यांना एकदम आठवलं.

यदूभाऊकडचं जेवण. त्याची बायको. एखाद्या मजुरासारखं वाढून आणलेलं अन्न. जर्मनची थाळी. त्याची सोन्यानं लदलेली बायको. भाऊंच्या फाटक्या शर्टातून आलेल्या गरिबीला कुरवाळत स्वतःच्या पुण्याईचा विचार करताना भाऊंनी पाहिली. ते मानभावी बोलणं अन् दाखवलेली दया. सगळं जेवण कडू कडू झालं.

कळ लागलेल्या गुडघ्यांनी ते उठले. राममंदिरासमोरच्या सिमेंटच्या बेंचवर बसून राहिले.

काय म्हणतो रघ्या? ऐतखाऊ? जीव देऊन टाकावा. त्याच्या तुकड्यावर जगणं नको. या सावित्रीलाही मरण येईना.

एखादं हिंस्र श्वापद जाळ्यात अडकून तडफडावं, तशी तडफड, तशी घालमेल भाऊंची चालली होती. रामाच्या मंदिराकडे पाहात पाहात ते एकदम पराभूत सैनिकासारखे झाले. निःशस्त्र. त्यांचे दोन्ही खांदे लोंबकळू लागले. रामाच्या मंदिराकडे ते असहाय नजरेनं पाहू लागले.

धड रडवत नाही. जाऊन देवाला पाहावं, तेही नाही. धड गुंतणं नाही अन् सुटणं नाही. सुटण्याची आशाही नाही. इच्छाही नाही.

इच्छाही नाही...

ते विषण्ण हसले. रडताना होतं, तसं त्यांचं तोंड वेडंवाकडं झालं. हवेतच दोन्ही हात वर झाले. हे काय झालं?– अशा अर्थानं. ते तसेच खाली ओघळले.

मिंधेपणाचा एक तीव्र डोंब त्यांच्या मस्तकात उठला.

खातो, म्हणून पोराचं मिंधेपण. जगतो, म्हणून देवाचं मिंधेपण.

त्यांनी देवाकडे पाठ फिरवली.

यालाही पुजलाच की पुष्कळ. एक नवस फेडायचा ठेवला नाही. एक याचक परत पाठवला नाही. भुकेल्याला अन्न दिलं. कुलधर्म केले. कुळाचार केले. यज्ञ केले. भोग केले आणि भोग आले.

भोग आले.

संतापानं त्यांनी बेंचामागे थुंकी थुंकली.

मग पोकळ पोकळ बसून राहिले.

या देवानं काय केलंय माझं?

पण मग माझं तरी कोण आहे? अरे हाच सोडवणार भावड्या तुला. याच्यावर रागावून कुठं जाशील?

संस्काराच्या लाटेनं त्यांना पकडून ठेवलं.

'किती वेळ बसणार इथं? उठा, भाऊराव.' ते सुस्कारा टाकीत पुटपुटले.

ते स्वतःलाच समजावीत म्हणाले,

'रघू तरी लहानच आहे अजून. जाऊ द्या. रागावतो. रागावला असेल. सूनबाईसुद्धा कंटाळली असेल. रोजच करावं लागतंय तिला. आपण असा त्रागा करून कसं होणार?'

रघूच्या कणवेनं त्यांचं मन पुन्हा भरलं.

रस्ता पार होत आला होता. दुरून त्यांना घराच्या कळाहीन भिंती दिसल्या. धुडकं नेसलेली सून पोर कडेवर घेऊन ओट्यावर उभी होती. त्यांच्या घराला मिणमिण प्रकाश देणाऱ्या खिडकीत –

भाऊंनी डोळे चोळले. सावित्रीचा चेहरा?

पण ती कशी येईल? तिला तर पायच नाहीत.

पाय नाहीत.

पा-य नाहीत.

पा-य ना-ही-त.

ओझं. आपलं ओझं. तिचं ओझं. जगण्यांचं ओझं. आयुष्याचं ओझं. न संपणाऱ्या दिवसांचं ओझं. जळल्या कर्तृत्वाचं ओझं. नाकर्तेपणाच्या राखेचं ओझं.

त्यांचं एकदम बळच गेलं.

समोरच्या भिंतीवर डोकं आपटावं, जीभ हासडावी, वात यावा, बेशुद्ध व्हावं, फिट यावी, असं त्यांना झालं.

– आणि जगावं?

स्वत:च्या असहायतेच्या चिडीनं ते वेडेपिसे झाले. पुन्हा एकदा रघूच्या दुखावणाऱ्या वाक्यांनी त्यांच्याभोवती रिंगण धरलं.

लाथ मारून बाहेर पडेन, म्हणा. समजतो काय स्वत:ला? मिजासखोर! चार दमड्या मिळाल्या, म्हणजे अक्कल येते काय? पैसा मिळाला, म्हणजे दुसऱ्याचं दु:ख समजण्याची कुवत येत नाही. खुशाल जाईन मी! जग पाहशील, लाथा खाशील, तेव्हा चट शुद्धीवर येशील.

त्यांना वाटलं – जे लावलं, जोपासलं, सांभाळलं, तेच किडकं निघालं; जे दिलं, ते कुपात्री गेलं.

तो भोगेल, ते पाहायला मी असणार का?

हे माझे भोग. मीच भोगणार!

नको ते भोग – ते पोराचं, सुनेचं तोंड पाहणं.

नकोच.

पण खिडकीत सावित्री कशी दिसली?

अग बयो, तू बेडी आहेस गं माझ्या पायात!

– अन् एखाद्या बेड्या घातलेल्या कैद्यासारखे ते घराकडे ओढले जाऊ लागले.

♦

१२

आगंतुक

वयाच्या बावन्नाव्या वर्षी डोक्यावर केस यायला लागल्यानं हेमाताई गडबडून गेल्या. याचा आनंद मानायचा, की दुःख, हेच त्यांना कळेना. एखादी गोष्ट पाहिजे, पाहिजे, म्हणून तिच्या मागेच राहावं; नंतर ती आपली नाहीच, म्हणून सोडून द्यावं; अन् अचानक ती पुढ्यात यावी तसं झालं.

सकाळी अंघोळ करताना त्यांना त्यांच्याचा डोक्याचा स्पर्श वेगळा वाटला. सवयीनं डोक्याला रोजच साबण लावायचा. तेव्हा चिकनचोपड्या डोक्यावरून हात घसरून जायचे. पावसाळ्यातल्या चिकचिक निसरड्या रस्त्यासारखं. काहीसं वेगळं, थोडं खरखरीत वाटलं; पण रॅश वगैरे आला असेल, असं वाटून त्यांनी लक्ष दिलं नाही.

लक्ष देणार तरी केव्हा? सगळं काम आटोपून झोपतानाच काय ते डोक्याकडे पाहण्याची वेळ यायची. तीन-चार दिवस गेल्यावर त्यांच्या लक्षात आलं की, चक्क छोट्या बाळाचं जावळ असावं तसं त्यांचं डोकं हिरवळलंय. आता वाढून बॉयकट इतके दिसताहेत; पण अजून हे कुणाला सांगण्याचं धैर्य मात्र त्यांच्यात नव्हतं.

जन्मापासून एखादा डोळा नसणं, कान-ओठ तुटका असणं हे ठीक. पण प्रथम त्या अवयवाचा उपभोग घेणं आणि नंतर तो नाहीसा होणं हे फारच झालं.

हे सांगायलाही ठीक.

पण समजून घ्यायला?

पण घडलं, ते इतक्या त्वरेनं की कुणाच्या लक्षातही आलं नाही.

तेरा-चौदाच्या वयाला हेमाताई इतक्या सुंदर दिसायच्या, हे नंतर सांगूनही खरं वाटलं नसतं. गोरा रंग, भुरे डोळे, लांब केस – एकूण सुंदर म्हणून गणलेल्या सगळ्या गोष्टी त्यांच्याजवळ होत्या.

सुरुवाती सुरुवातीला सगळंच अवघड असतं. दुःख नवं. ताजं. ते पचवणं, किती अवघड असतं, हे त्याचंच सांगू जाणे.

त्यांना एकदम आठवलं.

दोन महिन्यांपूर्वी त्यांच्या सगळ्या मुलांनी एक छोटा कार्यक्रम ठरवला. सगळे आनंदात होते. कॅसेटवर गाणं चालू होतं. नातवंडांनी घर भरलं होतं. सुना स्वयंपाकघरात लगबग करीत होत्या. हेमाताईंना, त्यांच्या यजमानांना सोफ्यावर बसल्या बसल्या समाधान झालं होतं. तेवढ्यात एक छोटा नातू दुडदुडत आला. आजोबा-आजीच्या मांडीवर हक्कानं चढून बसला. तेही खुशीत आले. धिंगाणा सुरू झाला. तो चेकाळल्यासारखा धुडगूस घालू लागला. हे दोघंही लाडानं त्याला सावरू लागले. तेवढ्यात हेमाताईंचा विग घसरला. घसरून पुढ्यात पडला.

घर एकदम एकाएकी वाचा गेल्यासारखं झालं. सुना-मुलं कावरीबावरी झाली.

छोटा नातू किंचाळला,

“आई-आई! आज्जी बघ. आज्जी टकलू, टकलू!”

तो ‘टकलू टकलू’ म्हणून टाळ्या पिटू लागला.

हेमाताईंना विग उचलण्याइतकंही त्राण राहिलं नाही. नवरा झटकन वाकला, तेव्हा त्याचाही हात कापत होता. कापऱ्या हातात विग देताना त्यानं त्यांच्याकडं पाहायचं टाळलं.

त्या एकदम केविलवाण्या झाल्या. त्यांचे डोळे भरून आले. स्वतःच्या खोलीकडे घाईनं जाताना त्यांना वाटलं, आज खोलीही कोसो मैल दूर बांधलीय.

सुना-मुलांनीही ते बऱ्याच दिवसांनी पाहिलेलं. तेही भेदरल्यासारखे गप्प झाले.

आत कॉटवर रडताना त्यांना वाटलं, परमेश्वर नाहीच. नाही तर तो आपला असा सूड घेता ना.!

सूड तरी किती घ्यावा?

चौदाव्या वर्षी हळूहळू केस जाताना आपल्याला कसं समजलं नाही? आपल्या आईला कसं समजलं नाही?

कमरेवर रुळणारी वेणी छोटी, बारीक होत होत सुतळीसारखी वळायला लागली, तेव्हाच ध्यानात आलं. तोवर वेळ निघून गेली होती.

मग आईची काळजी. वडिलांची धावपळ. नंतर दुखणंच हाताबाहेर गेल्यावर जसं नुसती काहीतरी घडण्याची वाट पाहत बसावं, तसं बसणं.

घरातल्या भावंडांना हा थट्टेचा विषय होता; पण हळूहळू त्यांनाही कळलं, की जे घडतंय त्यात नैसर्गिकपणा अजिबात नाही.

त्यात भर म्हणून भिवयांचेही केस जाणं सुरू झालं. अन् चेहरा म्हणजे चकचकीत, तेल चोपडलेल्या संगमरवरी पिंडीसारखा झाला.

मानसिक यातनांना अंत नव्हता.

प्रथम एक एक करीत मैत्रिणी सुटल्या. हेमाताई एखाद्या दिवाभितासारख्या झाल्या. सगळ्या माणसांनाच घाबरू लागल्या. घरातले अंधारे कोपरे त्यांनी जवळ केले. दारातल्या चाहुलीनं त्या घायकुतीला येऊ लागल्या.

रड रड रडूनही त्यांना वाटायचं की, आता तरी माझी दया यावी देवाला. त्यांच्याकडे पाहात पाहात तोंड फिरवून घेणारी, केविलवाणी होत जाणारी आई पाहिली की फारच वाईट वाटायचं. आईचे भरून आलेले डोळे म्हणजे संपलेली आशा, हे धड कळायचंही नाही. तिचे डोळे भरून आले, की कुढणाऱ्या, कुचंबलेल्या हेमाताई रडं दाबीत अंधाऱ्या जागा धुंडायच्या. त्या छोट्या घरात एकमेकांची तोंडं चुकवीत राहणं हा नियमच झाला.

मध्यंतरात हा डॉक्टर, तो डॉक्टर, वैद्य, हकीम, जाणते चालू. ताईत, गंडे, काळे दोरेही चालूच.

दर वेळी नव्या आशेनं डोक्याला रुमाल बांधून गल्लीत लोकांची तोंड चुकवीत बाहेर पडणं आणि औषधांच्या भाऱ्याखाली परतणं. आठ-पंधरा दिवसांनी तेच रूटीन. नंतर न उगवणाऱ्या केसांची खंत करीत कुढत राहणं.

आईनं जाणता आणला. त्यानं काहीबाही केलं. कडूलिंबाचे डगळे, लिंबं, गुलाल, कुंकू, तेल, तांबडे-पिवळे दोरे घेऊन त्यानं घरात रिंगणं आखली. सगळ्या घराची दारं-खिडक्या तकटबंद करून भावंडांना बाहेर पिटाळून आई-बाबा, जाणता अन् ती पेटवलेल्या पणत्यांच्या उजेडात बसले. ते केवढं भयाण वाटत होतं. काही समजत नसूनही सगळ्यांच्या जिवांचा थरकाप उडत होता. तो जाणता मात्र खऱ्या जाणत्या माणसासारखं शांतपणे लिंबू काप, गुलाल उधळ, असं काहीबाही करत होता अन् त्याच्या पोतडीतल्या जडीबुटी काढत होता.

मग आईला त्यानं अंगारा दिला आणि बाहेरची बाधा झाल्याचं सांगून, तो पाण्यात कालवून लावा, म्हणाला.

वडिलांच्या विरोधाला न जुमानता काजळीभरल्या वाटीत रात्रभर पाणी, तांबं टाकून, झाकून ठेवून आईनं सकाळी कालवून डोक्याला लावला.

दुसऱ्या दिवशी डोकं धोधरून, तांबडं लाल होऊन, सुजून आलं. कपाळही तसंच झालं.

नुसतं कातडीखालचं मांस दिसावं, तसं तिचं डोकं बांधून तिनं अंधाऱ्या खोलीला ठेवून दिलं.

कुचेष्टेचा, चर्चेचा विषय झालाच होता.

तेवढ्यात वडिलांनी गडबडीनं मुंबईला नेलं अन् हेमाताईंना नवीन करूनच परत आणलं.

तेव्हापासून हा विग.

डोळ्यांच्या भिवया आयब्रो पेन्सिलनं रेखीत बसणं आलं.

सुरुवातीला तोही औत्सुक्याचा, कुचेष्टेचा विषय झाला.

या सगळ्या गडबडीत धाकटी भावंडं पुढे सरकून गेली, तेव्हा हेमाताई स्वत:च्या दु:खाच्या चौकटीत कैदी होत्या. त्यात लग्नाचं वयही वाहून गेलं.

मग सगळा आनंदच होता.

त्यांना एकदम आठवलं–

सुधा त्यांची एकुलती एक मैत्रीण. विग घातल्यावर झालेली मनातली सल त्या कधीच बोलल्या नाहीत. अगदी सख्ख्या आईजवळसुद्धा! इथं ते शक्यच नव्हतं. पण सुधाला कोड होतं. तिलाही तिच्या व्यंगानं हेच अनुभव दिले असणार!

ती आपल्याला समजून घेइलसं हेमाताईंना वाटायचं.

एके दिवशी कुणी घरी नसताना त्या हळूच तिला म्हणाल्या,

''मला तुला काही सांगायचंय.''

पुढे त्यांनाच एकाएकी काय झालं – त्यांनी झटकन डोक्यावरचा विग ओढून काढला. आपलं नागवं, तुळतुळीत डोकं त्यांनी तिच्यापुढे धरलं.

सुधा एकदम भ्याली. भिंतीला खेटून उभी राहिली. तिच्या त्या अवस्थेकडे पाहताना हेमाताईंना एकदम हसू आलं अन् एखाद्या वेड्यासारख्या त्या खदखदा हसू लागल्या.

सुधाला तर त्या चक्क वेड्याच वाटल्या अन् भेदरलेली सुधा जीव आवळीत बाहेर धावत सुटली.

एकदम सगळं त्राण गेल्यासारखं झालं. आपलं उघडं डोकं, मोठ्यांदा गदगदून रडत त्या भिंतीवर आपटून घेऊ लागल्या.

रात्री सगळे झोपल्यावर त्या जखमांना हळद लावताना नि:सत्त्व झालेली आई.

सुधा गेली, ती गेलीच. वर गावभर वावड्या उठवीत गेली. 'कोडी-कोडी' म्हणून आई तिला शिव्या घालत राहिली.

नंतर स्वत:च्या पोटची मुलं.

लग्न करावंच लागतं, म्हणून लग्न.

आधीची कोडी मैत्रीण. नंतरचा एकाक्ष नवरा.

एक डोळा गारगोटीचा. दुसरा धडका. तोंडावर देवीचे वण.

पसंती-नापसंतीचा प्रश्नच नव्हता.

थेट पहिल्या दिवसापासून सतत एक धास्ती मनात. ती थेट नातवंडं होईपर्यंत.

तसंच दबलं जगणं, सतत डोकं उघडं पडण्याची भीती.

मोकळा वारा खाणं नाही की पावसात भिजणं नाही. दुसऱ्यांच्या कोथिंबिरीएवढ्या केसांचाही हेवा करणं.

नव्या मैत्रिणी नाहीत.

मुलांशीसुद्धा दबकत दबकत वागणं.

नागपंचमीच्या सणाबरोबर उंच चढणारे झोके केव्हा तुटून गेलेले.

माणसं तुटून गेली तशी.

दिवसाच्या प्रसंगांना घेऊन रात्रीला रडत राहणं.

मुलं. लहान मूल.

त्यांना ती कधीच गोंडस वाटली नाहीत. ती कधीच हसरी, आनंदायक ठरली नाहीत. एखाद्या जखमी माणसाच्या जखमेलाच कात्रीनं छेद केला, असं समजून त्या जखमांना टरटरा फाडीत राहणं. ओरबाडलेल्या, भळभळणाऱ्या, दुखऱ्या जखमा झाल्याच नाहीत, असं दाखवीत खोटं खोटं जगणं.

त्या असुरी पोरांच्या बुद्धीचं आणि निरागसतेचं कौतुक करणं.

सूड, निख्खळ सूड घेणारी अघोरी पोरं.

निळ्या निरागस ढगांना खिडकीतून गजांआडून एखाद्या बंदिवानासारखं पाहणं.

स्वत:वर लादल्या गेलेल्या, लादून घेतलेल्या आयुष्याला लपवीत लपवीत जगणं.

अगदी देण्या-घेण्याच्या बैठकीत थोरल्या सुनेच्या आईनं खोचून सांगितलं, "वरमाईला चौफाळ्यावर अंघोळ घालू! मग तर झालं?" ते ऐकताना, तो घाव सोसताना संताप अन् अगतिक होत राहणं.

हे सगळं इतकं पराकोटीला पोहोचल्यावर आता वयाच्या बावन्नाव्या वर्षी हे केसांचं उगवणं.

एखादा आगंतुक नको त्या वेळीच, सईसांजेला– अंधाऱ्या रात्रीला सोबतीला आल्यासारखं.

✦

१३

साक्षात्कार

सूर्य मावळतीला चालला होता. त्याचं लाल, फिकं ऊन सगळीकडे भरून राहिलं होतं. समोरच्या प्रचंड संथ जलाशयावर लाल-पिवळा रंग चमचमत होता. झाडागवताचे काळपट रंग आभाळावर उठून दिसत होते. त्या अथांग पाण्याच्या किनाऱ्यावर सलग डोंगर होते. डोंगराच्या उंच, पाण्यावर लोंबणाऱ्या सुळक्यावर ते बसले होते. पद्मासन घालून त्यांनी डोळे मिटून घेतले. हात ताठ गुडघ्यावर ठेवले, नाण्याच्या खणखणीत आवाजासारखे शब्द बाहेर पडू लागले.

'वज्रदंष्ट्रं त्रिनयनम् कालकंठ मरिंदमं – सहस्रकरं – मृत्युग्रं वंदे शंभुउमापतीम्... जितेंद्रियो जितप्राणश्चिन्त्यतयोच्छिवम् – अव्ययम् अतींद्रियं सूक्ष्ममनंतमाद्यं ध्यायेत्परानंदमयं महेशम्...' आसमंतात तो आवाज घुमू लागला. लालपिवळ्या उन्हात मिसळून सगळीकडे पसरत राहिला. त्या घनगंभीर शब्दांनी त्यांना झिंग आल्यासारखी झाली. स्वतःच्या गळ्यातून बाहेर पडणाऱ्या त्या शब्दांकडे ते वेगळे होऊन पाहू लागले. बघता बघता तो आवाज, शरीर, आजूबाजूचं फिकं पिवळं ऊन– सगळं सरमिसळून गेलं. ते एका विलक्षण अनुभूतीचा आस्वाद घेत असतानाच बाजूनं त्यांना कोणीतरी एकदम ढकललं.

ते पाण्यात पडले. नाकातोंडात पाणी जाऊ लागलं. श्वास गुदमरू लागला. हातापायांची धडपड सुरू झाली. सगळ्या शरीरात एकच धागा असून तो धागा कोणी तरी ओढतोय, असं वाटून हातपाय आवळू लागले. घशातल्या घुसमटीनं श्वास घेणं अवघड झालं, ऊर धपापू लागला.

तशा अवघड अवस्थेत सीतारामपंतांना जाग आली. त्यांच शरीर घामानं डबडबलं होतं, छातीत अजूनही धडधड जाणवत होती. अजूनही ते स्वप्नातून नीट बाहेर आले नव्हते. कपाळावरचा घाम पुसायला त्यांनी हात उचलला आणि हात वर झालाच नाही. खाडकन ते सत्यात आले. उजव्या हाताची थरथर

त्यांच्या अवघ्या शरीराला जाणवत होती. आईजवळ तिचं मूल असावं, त्याची फक्त ऊब जाणवावी, तसा तो हात त्यांच्या बाजूला होता.

विलक्षण उद्वेगानं त्यांचं मन भरून आलं. स्वप्नात आलेला अनुभव त्यांना उदात्त वाटत होता. त्याच्यातसुद्धा त्यांना रमता येत नव्हतं. त्यांचे डोळे भरून आले. उजव्या डोळ्यात पाणी डुचमळत उभं राहिलं. निरर्थक केलेल्या प्रयत्नांनी पापणी हलली नाही. ते डुळडुळतं पाणी त्यांनी डाव्या हातानं मलमासारखं पुसून काढलं. त्या चिकट पाण्याची त्यांना घाण आली. झटकन डावा हात त्यांनी कपड्यांना पुसला. ट्राऊझर खाली घसरून गेली होती. शर्ट अंगाखाली चोळागोळा झाला होता. स्वत:च्याच कमरेचा हाताला झालेला स्पर्श त्यांना नको वाटला. सगळ्या शरीराच्या कातडीचाच स्पर्श आपल्याला नको झालाय. ही कातडी टराटरा फाडून टाकता आली असती तर किती चांगलं झालं असतं. स्वत:लाच स्वत:चा तिरस्कार वाटतोय, घाण वाटतेय, किळस वाटतेय, या कल्पनेनं ते दचकले.

प्रत्येक जण स्वत:च्या शरीरावर प्रेम करीतच जगतो! त्यांच्या उजव्या हाताची थरथर थांबेना. त्यांनी लेकराला थोपटावं तसं डाव्या हातानं उजव्या हाताला थोपटलं. पुन्हा हातावरून, पोटावरून हलकेच हात फिरवला, त्यांच्या हळव्या बोटांना त्याच्यावरचं पुरळ जाणवलं. तरी चाळा म्हणून ते हात फिरवतच राहिले.

मिचमिच्या डोळ्यांनी त्यांनी आजूबाजूला पाहिलं. बाहेर उजाडलं होतं; पण खोलीत अंधार दाटून उभा होता. फक्त ओसरीकडच्या दरवाजातून उजेडाचा एक झोत जमिनीवर पडला होता. डोळे उघडून ते अंधाराला फाडीत राहिले.

सगळं घर सकाळच्या कामांमध्ये गजबजलं होतं. गयाबाईंची लगबग जाणवत होती. संमिश्र आवाज कानांवर पडत होते. कशाचाही अर्थबोध होत नव्हता. जाणवत होती, ती फक्त गडबड, फक्त चैतन्य. त्यांची खोली त्यांच्या उजव्या अंगासारखी लुळी, गपगार पडली होती.

तेवढ्यात मोठी सून येताना दिसली. त्यांनी डोळे पटकन मिटले. रामप्रहरी तिचं तोंड त्यांना पाहायचं नव्हतं. तिचे शब्दही ऐकायचे नव्हते. तीही फक्त बेदरकारपणे एकदा डोकावली अन् 'अजून झोपलेलेच आहेत', असं पुटपुटत दूर झाली. त्यांना एकदम अवघडून गेल्यासारखं झालं. जड गोळ्यासारखं पडलेलं शरीर त्यांना गदगदून हलवावंसं वाटलं; पण फक्त डावा पाय त्यांनी उभा केला. काय होतंय ते पाहत पडून राहिले.

सकाळी डोळे उघडल्यापासून रात्री झोप येईपर्यंत काय काय होतंय ते पाहात राहणं. पडून सतत काहीतरी घडावं, याची वाट पाहणं... कशाची वाट

पाहतोय, हे कळत नाही, तरीही दाराकडे तोंड करून वाट पाहत बसणं.

व्यंकटेशस्तोत्र पुटपुटत गयाबाई आत आल्या. बहुधा अंघोळ झालीये. व्यंकटेशस्तोत्र म्हणत असणार. मनाचे श्लोक अन् हे स्तोत्र यांशिवाय तिसरी गोष्ट त्यांना येत नव्हती. अतिशय चुकीचे उच्चार करीत त्या स्तोत्र म्हणायच्या. त्या वेळी सीतारामपंतांना भयंकर राग यायचा. ते रागवायचेही. गयाबाई मात्र 'बाईमाणसांचं कसं असतंय तर...' म्हणत टाळायच्या. भांडण नको.

आताही त्या पुटपुटत आल्या, तेव्हा ते वैतागले. डोळे उघडल्यापासून आताशी उगवताहेत.

त्यांच्या कॉटवर वाकत गयाबाई म्हणाल्या,

"बरं आहे का आज? चहा आणू का?"

सीतारामपंतांच्या ओठांपर्यंत किळस दाटून आली.

'अजून इथं जिवंत पडलोय तुमची वाट पाहत' असं ताडकन म्हणावंसं वाटलं; पण प्रत्यक्षात मात्र एका बाजूनं वाकड्या झालेल्या तोंडातून "बरं आहे..." एवढं एकच वाक्य तेही बोबडं बोबडं बाहेर आलं.

त्यांना बरंच काही बोलायचं असूनही ते गप्प बसले. सुरुवातीला त्यांनी अंथरूण धरलं, तेव्हा आपल्याला अर्धांग झालाय, हे पचवणं त्यांना जड गेलं. सतत बोलण्याचा प्रयत्न करून आपलं अस्तित्व लोकांना कळावं, अशा इच्छेनं ते अव्याहत बोलायचे. फक्त गुडगुड गुडगुड असे आवाज निघायचे. बहुतेक सगळं हो, नाही, हे मानेनं खुणावून सांगायचं किंवा डावा हात वर-खाली करून जमेल तसं. तेवढच काय ते बाजूच्यांना कळायचं. या सगळ्या प्रयत्नात ओठांच्या उजव्या बाजूच्या आकसलेल्या कोपऱ्यातून लाळ गळायची. मग ते असह्य होऊन ते गप्प व्हायचे.

लाळेची एक रेष खारकेसारख्या कोपऱ्यातून बाहेर पडल्यावर जाणवायची नाही. हनुवटीपर्यंत घरंगळत खाली येईतो संवेदना व्हायची नाही. नाहीतर कपडा अंगावरून सरकून जायचा. कुणी येताच गयाबाई घाईघाईनं झाकायच्या. दोन्ही सुना तोंड फिरवून इकडं तिकडं पाहायच्या. बहुतेकदा जाणिवा त्यांना स्वत:ला व्हायच्या नाहीत.

लोकांच्या चेहऱ्यांवरून, डोळ्यांतल्या भावावरून कळायच्या.

स्पंजिंग दुसऱ्या कोणी करणं त्यांना नको वाटायचं. अगदी गयाबाईसुद्धा. पण त्यांच्याशिवाय दुसरं कोणी नको. दुसरं कुणी आलंच, तर फेफऱ्या आवाजात डावा हात जोरजोरानं हलवीत ते 'नथो, नथो' म्हणायचे, हतबल झाल्यासारखे. मुलं-सुना परत जायच्या.

'माझ्या कर्माला पुजलंय ते! तुमच्याकडून नाही करून घ्यायचे!' असं

मनात किंचाळत गयाबाई स्वत:ला ओढत ते करायच्या.

आपल्या बायकोला अवघ्या चार-पाच महिन्यांत आपला कंटाळा आला? पहिला महिना, दीड महिना जी काय धावपळ केली, तेवढीच.

आपण नेहमीसारखे गच्चीवर येरझाऱ्या घालत होतो. काय होतंय ते कळायच्या आत कोसळलो.

त्या आठवणी त्यांना नको झाल्या. समोरच्या मळकट कॅलेंडरकडे ते उगाचच पाहत बसले.

गेल्या तीन महिन्यांत त्यांनी दाढी वगैरे करायचं नाकारलं होतं. पडल्यापासून त्यांनी स्वत:चा चेहरा आरशात पाहिला नव्हता.

एखाद्या प्रेताला सांभाळत बसावं, तसं स्वत:च्या शरीराशेजारी बसून राहणं, ऊब असेतो तो त्याला खाऊपिऊ घालणं, स्वच्छ ठेवणं... स्वत:चा विचार आणि शरीराचा विचार ते वेगवेगळा करायचे. फक्त नैसर्गिक गरजांची वेळ आली की त्यांना एखाद्या कैद्यासारखं वाटायचं. म्हणजे स्वत:ला या शरीरानं बांधून ठेवलंय असं काहीसं.

धाकटी नात धावत धावत आली. झटकन चढून पलंगावर बसली. तशा गयाबाई कावल्या,

"धसमुसळेपणा करू नको."

सीतारामपंतांनी नुसतं त्यांच्याकडे पाहिलं. आपल्या डोळ्यांतूनही आपले विचार दुसऱ्यापर्यंत पोचत नाहीत का? असं वाटून ते पुन्हा कॅलेंडरकडे पाहू लागले.

"पोरीची जात. काही मानमर्यादा, नाजूकपणा काऽऽही नाही. आईच्या वळणावर गेलीये!" हे म्हणत असताना गयाबाईंनी लटकंच तिला मारल्यासारखं केलं. पुन्हा तिचं कुरळे केस दोन्ही हातांनी धरून आपल्या छातीवर दाबले.

सीतारामपंतांनी पांघरुणाबाहेर डावा हात काढून तिच्या मांडीवर ठेवला. मग उचलून तिच्या गालाला लावला. तिच्या गोबऱ्या गालांच्या मऊ स्पर्शानं ते एकदम सुखावले. मुक्तपणे एखाद्या अदृश्य पद्धतीनं माणसाच्या मांसाची ओळख करून घेतल्यासारखं.

त्यांना आपण म्हणजे एक मोठा ज्वाळेसारखा, अमीबासारखा आकारहीन, अदृश्य भाग आहोत आणि एखाद्या ज्योतीनं लपलपून स्पर्श केला, असं नातीच्या स्पर्शानं वाटलं.

ती काही काही बोबडं, लाडंलाडं बोलत राहिली. मग अत्यंत तृप्त मनानं ते ऐकत राहिले. म्हणजे ऐकणं ही सर्वस्वी एकच क्रिया ते पूर्णत्वानं करू शकत होते.

दीड डोळ्यानं आपल्या नातीचं मधाळ रूप ते साठवत राहिले. नंतर मग मोठी सून तिचा ताबा घ्यायची. मग शाळा, घर, खाणं, दुपारचं झोपणं, संध्याकाळी बाहेर खेळायला जाणं यात तिला डांबून ठेवायची. आजोबांच्या वाट्याला सकाळी येईल, तेवढीच.

''जाऊ नको गं तिथं. काय धडपडाट आहे. सहा-सहा महिने अंथरुणावर पडलाय म्हातारा... उवा-पिसं झाली असतील अंगावर.''

मोठी सून रागानं धुसफुसत म्हणायची. नवऱ्याच्या तोंडाकडे पाहून जळफळत निघून जायची.

'मी इथं पडलोय. माझं अर्धं अंग गेलंय. म्हणजे मी पूर्ण निकामी झालोय, मला साधं ऐकू येत नाही, असं वाटतंय का यांना?' पंतांचा राग अनावर व्हायचा.

मग 'कुत्र्याला बोललेलं कळतं, पण तो उत्तर कुठं देतो?' असं स्वत:ला बजावीत.

सारखं 'ज्याचं त्यानं सोसावं, कुत्र्यासारखं बसावं', असं मनात ठरवायचे.

कॉलेजमधली प्रोफेसर मंडळी यायची. काही काही बोलायची. ते मान हलवायचे किंवा हसायचे.

हसलं, तरी तोंड कडू पडल्यासारखे ओठ हलायचे. डाव्या हातानं खुणा आणि बोबड्या बोलण्यानं प्रयत्न करायचे. मग आलेले हसून म्हणायचे,

''राहू द्या सर. बरं झाल्यावर खूप बोला.''

पंत मनात खट्टू व्हायचे.

''चांगला संस्कृतचा विद्वान. देवानं त्याची जीभ हिरावून घेतली.'' अशी हळहळ ऐकली की पंतांचा जीव आवळून घशात यायचा.

सकाळच्या वेळी म्हटलेली सूक्तं, कवचं, संध्याकाळी म्हटलेल्या आर्या फेर धरून त्यांच्याभोवती नाचायच्या. नातीला मांडीवर घेऊन स्पष्ट शब्दांत शिकवलेली रामरक्षा, घरातल्या प्रत्येकानं स्वच्छ, स्पष्ट उच्चार करावेत, शुद्ध बोलावं, म्हणून केलेली धडपड, ओसरीच्या खांबाला आसनावर उघडेबंब बसलेले स्वत: त्यांना दिसायचे. एका जागेवर बसून, आसन न हलविता स्वच्छ खणखणीत गीता पाठ म्हणायचे.

पण एका संध्याकाळी पडले. बोलता येण्यावर ते संतापून चिरडून जायचे. स्वत:च्या लोळागोळा शरीराला कड्यावरून ढकलून द्यावं; पण एकदा पडताना तरी स्वत:ची स्वच्छ वाणी कानांवर यावी, असं वाटून त्यांना गलबलून यायचं.

सुरुवातीला बरं होण्याची आशा होती. एखाद्या महिन्याचा प्रश्न, पण ती आशा लांबली; तसं आता असंच आयुष्य काढावं लागणार, या कल्पनेनं त भेदरले.

संपूर्ण मोठा वृक्ष उन्मळून पडावा, पण खोल रुजलेल्या काहीच मुळांमुळे तो वाळू नये, असे त्यांचं झालं.

त्यांची कीव केलेली, त्यांच्या पुढे पुढे केलेलं त्यांना खपेना. दोन कमावती मुलं गप्प बसून राहात, त्याचा अर्थ ते वेगळा लावू लागले.

आजूबाजूचे सगळे सगळी कामं करू शकतात, याचं त्यांना वैषम्य वाटू लागलं.

ते स्वत:चीच कीव करू लागले. आपल्या दुर्दैवाचा फेरा, म्हणून आपल्या नशिबावर चिडचिडू लागले. यासाठी मला जन्माला घातलंस का? माझ्या हातून विद्याभ्यास करून घेतलास का? माझ्या आयुष्याच्या उतरणीला मला हे दिवस पाहायचे होते का? मी स्वच्छ-शुद्ध आयुष्य जगलो, त्याचं हे फळ का? असे हजारो प्रश्न ते संतापून देवाला विचारू लागले की, त्यांच्या डोळ्यांतून घळघळा पाणी वाहे. आपल्याला डोळे पुसायला एक हात देवानं ठेवलाय, याचं दु:ख करायचं की आनंद, हे त्यांना समजेनासं व्हायचं.

हे दु:ख दिलंस, त्यापेक्षा मरण का दिलं नाहीस? अंत:करणाला पीळ पाडीत ते न दिसणाऱ्या देवाला विनवायचे.

सतत त्या कॉटवर पडल्यापासून आपण कुंडीत लावलेल्या झाडासारखे झालोत, असा विचार ते करायचे.

घरातल्या प्रत्येक माणसाचा त्यांना राग यायचा; पण तो बोलूनही दाखवता यायचा नाही.

त्यांच्या तिरसट वागण्यानं बाहेरची कामं करून वैतागलेली माणसं आणखीनच वैतागायची. लहान तोंडं करून बाहेर जायची. पोरं हलक्या आवाजात बोलायची. त्यांच्या समोर बोलायची त्यांना प्राज्ञा नव्हती. आवाज न करता चोरासारखी सगळी वावरायला लागली की त्यांना वाईट वाटायचं. आपल्या दुखण्यानं दिलेल्या रागावर आपण काही उपाय करू शकतो का, याचा विचार मनात यायचा. आपण एवढे शिकून, चिंतन, मनन करून काय मिळवलं?

तो विचार करण्याच्या आत पुन्हा ते स्वत:च्या दु:खाच्या चौकटीत कैदी व्हायचे. चौकटीबाहेरचा विचारही त्यांना शिवायचा नाही.

आता सकाळी ते तसेच पडून होते. दारातल्या उजेडावर काळी-पांढरी हालचाल झाली. सावल्या सरकल्या.

मोठा मुलगा, डॉक्टर आणि गयाबाई आत आल्या. एक मोठा वाऱ्याचा झोत आल्यासारखे ते थरारले. या एका माणसाच्या डोळ्यांवर विश्वास ठेवून ते जगत होते.

"कसं काय आज? चहा वगैरे घेतला का?" असं विचारत डॉक्टरांनी

तपासायला सुरुवातही केली.

मोठ्याकडे वळून ते म्हणाले,

"हातपाय थोडे थोडे हलवण्याचा प्रयत्न करायला पाहिजे. अंगावर रॅश आलाय. स्पंजिंग करा. सॅव्हलॉन, डेटॉल वापरा. हं, आज उठून बसायचं का?"

त्यांनी मोठ्या आशेनं थोरल्या मुलाकडे पाहिलं. डॉक्टर व मुलानं मिळून त्यांना कॉटवर बसवलं. गयाबाईंनी लगबगीनं उशांचा टेका दिला. मुलानं पांघरूण टाकून पाय झाकले.

धाकटाही आत आला.

"अहो, काय बाळंतिणीच्या खोलीसारखा अंधार केलाय? खिडक्या उघडा!" डॉक्टर.

धाकटा लगबगीनं खिडक्या उघडू लागला.

तेवढ्यात नात धावत आली.

"डॉक्टरकाका, चहा घेणार?" असं गाल फुगवून विचारू लागली.

पंतांना वडाच्या झाडासारखं विस्तृत विस्तृत वाटलं.

डॉक्टरांनी शेल्फमधून एक पुस्तक काढलं. पंतांच्या हाती दिलं. डाव्या हातानं थरथरत त्यांनी पुस्तक धरलं.

"काय करू?" पंत केविलवाणे म्हणाले. त्यांना हमसून हमसून रडू आलं. घशातून मोठे हुंदके येऊ लागले.

पोरं धावली. बायकोनं धीरानं त्यांना धरून ठेवलं. डॉक्टरांनी शांतपणं पुस्तक ठेवायची अडणी आणली. पुस्तक तिच्यावर ठेवलं. डाव्या हातानं पानं उलटून दाखवली. डोळ्यांवर चष्मा ठेवला.

पंतांच्या लक्षात आलं.

डॉक्टर त्यांच्या पाठीवर थोपटत म्हणाले,

"फार एकटं वाटेल, तेव्हा वाचत चला – काही त्रास होणार नाही. सवयीचा प्रश्न आहे. एकदा सवय झाली की हळूहळू जमून जाईल." डॉक्टर म्हणाले.

पंतांचे हात थरथर कापू लागले. डाव्या हातानं त्यांनी पुस्तकाची पानं पकडण्याचा प्रयत्न केला. त्या धडधाकट हातातूनही पानं निसटली.

सगळं घर त्यांच्याभोवती उभं होतं– शांत. पंतांना वाटलं, सर्कशीतला जीवघेणा खेळ जसा श्वास रोखून पाहावा, तसे हे सगळे थांबलेत. अशक्य गोष्ट होण्याची वाट पाहत.

ती पानं पुन्हा चिमटीत पकडताना त्यांना वाटलं, आपण किती प्रेम केलंय

या पुस्तकांवर. या काळ्या शाईतल्या अक्षरांवर. ही अक्षरं उच्चारताना आपण त्या अक्षरांशी एकरूप झालो.

आपले सगेसोयरे भेटल्यासारखे ते त्या उघड्या पानांकडे पाहू लागले.

हातातून निसटणाऱ्या पानांकडे पाहताना त्यांना डोंगरावरची फुलपाखरं आठवली. पिवळी-तांबडी फुलपाखरं पकडताना दबा धरून बसायचं, फुलपाखरू स्थिरावलं, की झडप घालायची. त्याचे मऊसूत पंख चिमटीत पकडायचे. पंखांची धडपड बोटांच्या टोकांना गुदगुल्या करायची. हुळहुळणाऱ्या बोटांतून फुलपाखरू निसटून जायचं.

या आठवणीनं त्यांची बोटं हुळहुळली. पानं निसटली.

चाळा लागल्यासारखं असं एक-दोन वेळा केल्यावर त्यांना एकदम खूप थकल्यासारखं वाटलं.

न दिसणारी फुलपाखरं.

न पळते पाय.

चिमटीत न येणारे थरथरते पंख.

त्यांनी असहायपणे डॉक्टरांकडे पाहिलं.

डॉक्टरांनी मान हलवली. सगळं समजल्यासारखी. पंतांच्या खांद्यावर थोपटलं. हलकेच म्हणाले,

"हे सोसणं अवघडच आहे. आम्हालाही कळतं. पण हा शेवट आहे, असं समजू नका. तुम्ही मनानं उभारी धरली, तर अशक्य काही नाही. वेळेचा प्रश्न आहे."

पंतांनी मान हलवल्यासारखं केलं. सगळं समजूनही न समजल्यासारखं.

– एक एक करीत घरातले सगळे निघून गेले. गयाबाई आणि ते खोलीत उरले.

गयाबाईंना वाटलं, पंत थकलेत. त्या पुस्तक आणि अडणी उचलू लागल्या, तसे पंत म्हणाले,

"आटू द्या."

आश्चर्यानं गयाबाई म्हणाल्या,

"थकला असाल. थोड्या वेळानं पुन्हा देते फार तर."

पंतांनी गयाबाईकडे पाहिलं.

आपल्याला काय आवडतं, हे हिला शेवटपर्यंत कळणारच नाही का? नाही वाचता येत हे पुस्तक, तर ठीक आहे. थोडा वेळ समोर तर राहू दे.

गयाबाईंना यातलं अक्षरही ओळखता आलं नाही. पदर सारखा करीत त्या बाहेर गेल्या.

पंतांनी त्यांच्या पाठमोऱ्या शरीराकडे पाहताना उसासा सोडला.

आठवणीसाठी एखादी गोष्ट दिलेली असते, ती कुरवाळावी, तसं पुस्तकाला कुरवाळलं.

"डॉक्टर म्हणताहेत, तर पाहावं वाचून."

त्यांनी डाव्या हातानं चष्मा चढवला.

अडणीवरची पानं चाळली.

उडणाऱ्या पानांवर त्यांनी उजवा हात उचलून ठेवला. पेपरवेटसारखा.

डाव्या हाताच्या बोटांनी ओळ धरली.

एक एक शब्द पंत वाचू लागले.

'ध्यानावधूता खिलकर्मबंध चिरश्चदानंदमयं महेशम्...'

काही शब्द येत होते, काही सुटत होते.

पण एक गोष्ट पंतांना एकाएकी जाणवली. अगदी स्पष्टपणे प्रत्येक शब्द खणखणून उठत होता. त्यांच्या मनातून एक स्पष्ट उच्चार निघत होता. त्यांच्या मनाच्या खोलीत घुमून उठत होता.

अगदी स्पष्ट शब्द.

उच्चार अगदी स्पष्ट.

जिभेनं उच्चारावा, तेवढा स्पष्ट.

पंतांच्या मनात अनेक तरंग उठले.

प्रत्येक ओळ पंत मनातल्या मनात मोठ्यांदा वाचू लागले. मन तेवढ्याच मोठ्यांदा, स्पष्टपणे शब्द उच्चारू लागले.

पुन्हा पुन्हा पंतांनी उच्चार केला.

पुन्हा पुन्हा त्यांना तोच प्रत्यय आला.

अतिशय स्पष्टपणे ते शब्द उच्चारू शकत होते.

मनात.

– एकाएकी ते अगदी हलके हलके झाले. त्या उच्चारांसरशी आनंदाच्या डोहात बुडाले.

समोरच्या काळासाठी ते बळकटी घेऊन उठले.

समोरचं पुस्तकं त्यांच्या डोळ्यांपुढून अंधूक झालं -

ते कधीच फुलपाखराच्या मागे डोंगरावर धावले होते.

✦

१४

अंधार

*त्या*नं हलकेच तिच्या दिशेनं मान वळवली.

या काळोखाला काय म्हणायचं? गर्द काळोख की साधा काळोख? की घननिळा?

अभयानं त्याच्याकडे आश्चर्यानं पाहिलं.

''आश्चर्यानं का पाहतेस?''

डोळ्यांवर विश्वास न बसल्यासारखी ती म्हणाली,

''पण तुला कसं कळलं मी तुझ्याकडे पाहतेय म्हणून?''

तो किंचित थांबला. उसासून म्हणाला,

''अंधारात मनाला डोळे फुटतात, पण त्या डोळ्यांशी रंग मात्र नसतात.''

तो हसला.

अभयाला त्याच्या हसण्यानं शहारल्यासारखं झालं.

खाली चौकात अलका आणि मधूची जोरात भांडणं चालली होती. नेहमीच्या जागेवर बसून विजय ते ऐकत होता. बसल्या जागेवरून तो उठला. कठड्याला धरून उभा राहिला. न दिसणाऱ्या भावंडांना पापण्या फाकवून फाकवून पाहात राहिला.

अलका जोरात ओरडत होती.

''माझा आहे, माझा आहे!''

मधू तिच्या दुप्पट आवाजात ओरडत होता.

''माझा नवीन शर्ट... माझा नवीन शर्ट!'' त्याचा आवाज चिरकत होता.

विजयच्या अंधाऱ्या डोळ्यांना त्याची चिरचिरीत शरीरयष्टी दिसत होती.

दोघंही एकमेकांमागे पळत जिन्यात धावले.

विजयचा तोल गेला. कठड्याला धरून पडताना त्या नव्या शर्टचा निसटता वास त्याच्या नाकाला चाटून गेला.

आधारासाठी त्यानं हात पुढे केला. नेमकी आईच त्याच्या पुढ्यात आली.

"काय झालं?"

"दोघंही भांडताहेत शर्टसाठी. मला तर जीव नकोसा झालाय!"

तिचा त्रासिक आवाज ऐकताना त्यानं तिचा खरबरीत हात हातात धरला. थोडा वेळ त्याच्या मऊ हाताचा स्पर्श तिलाही सुखावह वाटला असावा. मग हलका झटका देऊन तिनं तो झटकून टाकला. विजयला हे जाणवलं.

तो नवा शर्ट डोळ्यापुढे आणायचा तो प्रयत्न करू लागला.

तेवढ्यात अलका धावत जवळ आली.

पुन्हा तिला त्यानं पकडलं.

धाकट्या बहिणीचा स्पर्श सायीसारखा होता. लिंबाच्या वासासारखा फ्रेश आणि गार. तिनं त्याला हलकेच ढकलल्यासारखं केलं, स्वतःचं शरीर घुसळून बाजूला घेतलं.

तिच्या हातातल्या शर्टचा वास नव्यानं त्याच्या नाकात घुसला.

"काय चालवलं गं ताई?"

"मधू बघ..." तिचा आवाज ओढून केविलवाणा झाल्यासारखा झाला.

विजयनं चाचपडत तिचा चेहरा शोधला. आपल्या अनुभवी हातानं तिचा ओला, चिकट चेहरा ओंजळीत पकडत त्यानं तिचे गाल पुसले.

"वेडाबाई... गं... माझी !"

ती एकच क्षण थरारली दुसऱ्या क्षणी त्याच्या कमरेभोवती तिनं विळखा घातला.

"मला पाहिजे... मला पाहिजे!" त्याच्या पोटावर डोकं घुसळत ती म्हणाली.

"बरं बरं..." करत तो तिच्या मऊशार केसांवरून बोटं फिरवू लागला.

"तुलाही आणू... हा मधूचा मधूला राहू दे. काय? कसा आणायचा?"

"नको! हाच पाहिजे, हाच! त्याला आधीचा एक आहे. मला हाच दे."

"कसा आहे?"

"आभाळासारखा निळा निळा."

आभाळासारखा निळा निळा... त्यानं डोकं मागं केलं.

त्याच्या डोळ्यांसमोरच्या अंधाराची खोली आभाळापेक्षा किती तरी मोठी होती.

संपूर्ण दिवस कठड्याजवळ बसणं.

सकाळी उठलं की, आई तोंड धुवायला मंजन हातावर टाकायची.

रोज तेवढंच घेतलं की तो पुरे म्हणायचा.

आईनं कधी विचारलं नाही की, तो रोज तितकंच मंजन घेतोय.

त्याच्या तळहातावर तो काही ग्रॅमचा भार झाला की मन म्हणायचं,
रोजचा कोटा पूर्ण झालाय.

एक कण जास्त नाही की कमी नाही.

आईनं कधीच हे पाहिलं नाही – एक कण जास्त नाही की कमी नाही.

त्यानं चाचपून एकदा पाहिलं की तराजू कसा असतो?

त्याच्या तळव्यात लपलेल्या तराजूबद्दल विचार करत.

आवाज न करता अंधारात काम करणारा तराजू.

दुपारी जेवण.

त्याची थाळी तो रोज पाहायचा.

''थाळी काय चाचपतोस? अजून काही वाढलं नाही मी.''

आईच्या तिरसटून बोलण्याकडे तो दुर्लक्ष करायचा.

''पुसून घेतो.''

''काही नको पुसायला. स्वच्छ घासलीये!'' ती मोठ्यानं म्हणायची. ''काय बाई तऱ्हेवाईकपणा, गप गिळावं की!''

तो ऐकायचा नाही.

त्याच्या थाळीला एका कडेला एक पोचा पडला होता. तिथं काठ थोडा वाकडा, खरबरीत झाला होता. त्याचे हात सराईतासारखे मधून आणि काठानं फिरायचे.

सलग पृष्ठभाग संपला, की वाकडी धारदार कड. ती हाताला लागली, की तो एकदम थांबायचा.

रोज एक एक ओळखीचं माणूस भेटल्यासारखा.

अभया विचारत होती,

''तुला कसं कळलं, मी तुझ्याकडे पाहतेय म्हणून?''

''साधी ह्यूमन रिॲक्शन न कळण्याइतका मी आंधळा नाहीये.''

''विजय... प्लीज, मला तुला हर्ट करायचं नाही.''

अलका शाळेत गेली. मधूही.

दर वर्षी सुरुवातीला ती दोघंही भयंकर उत्साहात असायची. त्यांचं शक्यतो बिनसायचं नाही. बिनसलं तरी ते फक्त कव्हर लावण्यावरून किंवा नाव टाकण्यावरून.

अलकाचा त्याच्यावर फार जीव होता. तिच्या सगळ्या कोर्ट तक्रारींच्या खटल्याची कामं तो पाहायचा. न्यायनिवाडाही करायचा. इतका हक्काचा जज्ज तिला आवडायचा. कारण बाकी ठिकाणी कुठंच डाळ शिजायची नाही.

अधलं-मधलं लेकरू. त्यात पोरगी.

दादा बरा असायचा.

तिची कव्हरं घालून द्यायला तो मदत करायचा. मदत म्हणजे पुस्तकाच्या आकारापेक्षा मोठा कागद निवडायचा.

खरं म्हणजे मोठा कागद पाहून तीच त्याच्या हातात द्यायची. तिचं पहिलं कव्हर घालून होईपर्यंत तो हातात धरून बसण्याची जबाबदारी त्याची. तिचं एक कव्हर संपलं की ती म्हणायची, समजूतदारपणे आता दुसरं घालू यात हं! देतो का? ते घालून झालं की, ते पुस्तक ती त्याच्या मांडीखाली सरकावयाची.

"मांडी दाबून ठेव. कोपरा निघेल बरं का!" मग मोठ्या समाधानानं ती दुसरा कागद मागायची. तत्परतेनं दादा तो पुढे करायचा.

"हं..."

ती पुन्हा कव्हर घालायला लागायची. तिच्या मधाळ, स्वस्थ आवाजात त्याचं मन भरून यायचं.

रोज नवी पुस्तकं, अलकासाठी रोज नवा आनंद देणारी गोष्ट असेल तर ती तिला मिळावी.

तिला तो सुस्त हुंकार ऐकावा... थंड जलाशयावरून आलेल्या आवाजासारखा.

ती मिरवत मिरवत चालायची. दादानं कव्हरं घातली म्हणायची. त्याच्या अंधाऱ्या गाभाऱ्यात दिव्याची रोषणाई व्हायची.

अलका चौकात बोलत होती.

"मला दादा आकाशकंदील करून देणार आहे."

शेजारची नलू म्हणाली.

"त्याला कुठं दिसतंय करून द्यायला? तो महिरप कशी कापेल? आम्ही जिलेटच्या पेपरवर महिरप लावणार आहोत."

"आम्ही पण लावणार आहोत."

"तुझ्या बाबांकडे कुठंय लाल जिलेट?"

"आहेच मुळी—"

"लाल जिलेटही नाही. भाऊही आंधळा आहे!''
अलका फणकारली.
"नले, तोरा नको मिरवू हां!''
कठड्याजवळून विजय म्हणाला,
"अलका, वर ये, भांडू नको.''
त्याच्या कुशीत शिरताना ती म्हणाली,
"दादा, आपण करायचा ना रे आकाशकंदील?''
"हं...'' तो सुस्कारला.
तिला लाल जिलेट आणून देण्यासाठी त्याचे हात शिवशिवले.
डोळे असते तर अगदी चोरूनही आणून दिला असता.

नंतर पंधरा दिवसांनी.
त्या मऊसूत कागदावरून हात फिरवताना त्या रंगाचा अंदाज घेत तो म्हणाला,
"अलका, बबड्या, तुझ्या मनापेक्षा हा मऊ नाहीये. मला वाटलं, किती मऊ असतो काय की! अन् हा रंग तर तुझ्या फ्रॉकच्या रंगापेक्षाही काही चांगला नाही!''
जवळून चाललेली नलू एकदम ओरडली.
"तिला आहेच कुठं तांबडा फ्रॉक?''
"आहेच तिला, तुला काय करायचं?''
तो इरेला पडल्यासारखा झाला.
नलू जिन्यावर दडादडा नाचत 'नाहीच तिला फ्रॉक!' ओरडत राहिली.
विजय तिरीमिरीनं उठला.
हातांच्या दिशेनं चालत राहिला.
भर दिवसाच्या उजेडात त्याचे हात अंधाराला चाचपडत राहिले.
लाल फ्रॉक. नितळ काचेसारखा जिलेट पेपर. अलकाची माया.
सगळ्या रिकामपणाला काम देऊन जाणारी. नसता, मन म्हणजे वारा भरलेली गुहा. वर वारा दिसू नये. गुहेच्या अंधारात तो वारा घुसळून भिरभिरत राहावा.

आई खालच्या बायकांशी बोलतेय. म्हणजे तीन, साडेतीन झाले असणार.
शेजारची नवी पाहुणी आवाजात जवळीक आणून म्हणते,
"जन्मतःच झालं का हो असं?''

आवाजात हळहळ, दया, करुणा.

या सगळ्या भावना जगातल्या तमाम आंधळ्यांसाठी जपून ठेवलेल्या.

तो आक्रंदून उठायचा.

या अंधाऱ्या डोळ्यांबरोबर सगळं शरीरच अंधारात राहिलं असतं, तर उरलेल्या सगळ्यांच्या दयाबुद्धीला आव्हान द्यायला काही शिल्लकच राहिलं नसतं.

बायका पसरून जातात. आईच्या साडीचा वास नाकाला लागून जातो. तिची स्वयंपाकघरात जाणारी पावलं तो ऐकतो.

त्याचे कान कठड्याच्या खाली जातात.

"अहो, लहानपणी डोळे आले. कुणी लक्षच दिलं नाही. चिपडं आहेत, चिपडं आहेत, म्हणून सगळ्यांनी दुर्लक्ष केलं."

दुसरी हळूच फिसकारली.

"पण स्वत:च्या लेकराचं त्याच्या आईला कळू नाही?"

"अगं! पोरगं पाच दिवस डोळे उघडून पाहत नाही. ही बाई ढिम्म झोपलेली!"

"पण घरातलं कुणीच नाही पाहिलं?"

पहिली म्हणाली,

"कोण पाहणार? बाप कामगार कारकुनी करणारा. घरात नावालाच. सासू हेकेखोर. आईचं लक्ष नाही. समजही नाही."

दुसरी कळवळून म्हणाली.

"बाई गं! बिच्चारा, जन्मल्यावर पुष्कळ डोळे उघडेही असतील, तरी कळायला लागल्यावरच त्याचं महत्त्व."

आईचा राग.

फार फार वर्षांपूर्वी उघड्या डोळ्यांनी काय पाहिलं?

नुसता तो प्रकाश आणि आकृत्याही दिसल्या असत्या, तर?

या उघड्या डोळ्यांची कोवळी आठवण.

हळवी होऊन सतावणारी.

त्यानं पुढे केलेल्या हातावर अभयानं हात ठेवला.

"काय विचार करतोस?"

"काही नाही. अभया, तुझे हातही मऊ आहेत अलकासारखे. निमुळती बोटं. नखांना खालून कातडी पुढेपर्यंत चिकटलेली. कादंबरीतल्यासारखे गुलाबी आहेत का?"

अभया हसली. हलकेच त्याच्या हातांवर थोपटत म्हणाली,

"तसेच असावेत. हे हात तुझ्या डोळ्यांना दिसतील, तर मी सुखानं भरून जाईन. पण..."

तिचा 'पण' त्याच्या मनात रुतून गेला.

काट्याचंही कुरूप करावं लागणार -

"दादा थांब, थांब, मला पकडू नको ना. माझे हात घाण झालेत."

"बघू बघू."

म्हणत तिचे हात त्यानं पकडून धरले. खडबडीत भागावर हात फिरवीत तो म्हणाला,

"माती खेळली वाटतं?"

आपले भरलेले हात विसरून ती म्हणाली,

"हो! हे बघ, मी दोन ससे केलेत."

"हळूच रे. ओले आहेत अजून. मोडून जातील."

"असू दे! मी हातच लावत नाही. त्यांचे कानबीन मोडायचे आमच्या हातून!"

तिचे कोवळे हात उचलून त्यानं त्यावर ओठ टेकवले.

सकाळी दहा-अकराच्या सुमारास हलकल्लोळ माजला. कठड्याला तो घट्ट चिकटून उभा होता. त्याच्याकडे कुणी बघत नव्हतं. बोलत नव्हतं.

नुसत्या धावपळीचा आवाज.

लाकडी जिन्यावर दडादडा चालणारी घाईची पावलं. कुजबूज, कुजबुज.

त्याच्या विचारण्याला कोणीच उत्तर देत नव्हतं. पायात विलक्षण कळ उठलेली. ताणलेली मन:स्थिती. काय चाललंय... काय चाललंय... तो ओरडून विचारत होता.

मग एक विलक्षण शांतता. नेहमीच्या शांततेपक्षा वेगळी, श्वासांची लय नसलेली शांतता. ओढून धरलेले शब्द आणि श्वास. सगळ्याला फोडून जाणारी आईची किंकाळी –

त्याला हाताला धरून मधूनं खाली नेलं. उतरताना, चालताना त्याला जाणवले, ते असंख्य वास... गर्दी.

अलकाच्या साईसारख्या मऊ हातांसाठी त्यानं चाचपडलं. कोऱ्या कपड्याचा दर्प.

गार फुलांचा स्पर्श.

त्यानं अंदाजानं चेहरा चाचपडला.

कपड्याच्या गाठोड्यात बांधलेला चेहरा.

नाकाचा गार शेंडा.

हात बाजूला घेताना नेमका त्याला तिचा हात गवसला.

मऊ.

हिरव्यागार लवलवीवर हात फिरवल्यासारखा तो दाबून धरताना तो इतका व्याकुळला, की सगळं अंगच आखडून आलं –

एकाएकी जिवंत अंधारातून तो मेलेल्या अंधाराच्या गर्तेत फेकला गेला.

विझून गेलेल्या दिवसांत तो काळच विसरून गेला. गडबड ऐकू येते, तो दिवस. शांत श्वासांची लय म्हणजे रात्र. त्याच्या एकांतात या दोन्हींचीही सरमिसळ होऊन गेली.

निरुपद्रवी, निरुपयोगी आयुष्य. शरीरावर मस उगवून यावा, तसं...

"कुठल्या मुहूर्तावर तू आलीस अभया?"

ती बोलली नाही.

"रागावलीस?"

"नाही. उदास झाले."

"तू परत माणसांत जा. रात्रीचा अंधार दु:खाला कुशीत घेतो." विजय म्हणाला.

"तू पुन्हा पहिला विजय होणार आहेस का?"

"आता तेही शक्य नाही."

कुठल्या तरी चेहरामोहरा नसलेल्या दिवशी ती त्याच्याकडे आली.

त्याच्या छंदाला अनुसरून तो तिला मनात रेखाटू लागला.

मधाळ आवाज, पण स्वत्व जाणवणारा.

तो दया दाखवणाऱ्या आवाजांना सरावलाय.

आईच्या तुसडेपणालाही.

'तो एक ओझं आहे.' हे न बोलता जाणवून देणाऱ्या वडिलांना.

त्याचं भाऊपणच मान्य नसलेल्या मधूला. एखादं जाळं टांगून राहावं, पण वाढू नये अन् पडूही नये, त्याच्याकडे लक्षही जाऊ नये – असं समजणाऱ्या चाळीतल्या लोकांना.

म्हणून तो अलिप्त राहून ऐकत राहिला. त्याला तिनं शाळेविषयी विचारलं. आणखी शिकायचं का विचारलं.

शाळा.

एकमेकांच्या खांद्यावर हात ठेवून एका हातानं आसमंत चाचपडत चालणं. काचांनी डोळे झाकून टाकणं.

हातांना गुंतवत ठेवणं.

मनानं कोरडं होत जाणं.

रविवारी बागांमध्ये पेटी वाजवणं.

एखाद्या प्राणिसंग्रहालयात प्राण्यांना पाहायला आलेल्यांची वक्तव्यं ऐकणं.

क्वचित एखादा आस्थेवाईक प्रश्न. सोवळ्या बाईनं चालावं, तितका दूरचा.

क्वचितप्रसंगी चांगल्या वादनाविषयी खांद्यावर हातांची थपथप.

मग आंधळ्या डोळ्यांसाठी रिकामा डबा घेऊन, डोळसाला बरोबर घेऊन गर्दीत फिरणं.

एड फॉर ब्लाइंड्स.

परमेश्वरानंच भिकारी करून टाकलं डोळ्याचं दान न देऊन.

दयेला आव्हान देऊन, भीक मागून आणलेलं लोकांचं औदार्य.

नाही.

शाळा नको.

तिनं समजावलं, विनवलं. ती येत गेली.

हळूहळू मुळांना पाण्याची जाणीव व्हावी, मग मरगळलेलं रोप तरारून यावं, तसं ती येत राहणं. याचं गुंतत जाणं.

अभया –

''बोल ना, विजय... तू खुश नाहीस? पुन्हा एकदा माणसांत आल्यासारखं आता वाटतं, की नाही?'' ती म्हणाली.

''तुझं नाव कुणी ठेवलं?''

''का?'' ती म्हणाली.

''तू एक मला भेटलीस न भिता, म्हणून म्हटलं.''

ती न बोलता बसून राहिली.

''एक दुसरी केस हॅण्डल करता का अशा प्रकारची?'' डायरेक्टरनं विचारलं होतं.

''ही चौथी केस झाली...'' अभया म्हणाली, ''या लोकांना माणसांत आणताना ती माझ्यात गुंततात. मीही थोडी गुंतते. मी त्यांच्याजवळून निघून

जाणार, हे सांगितलं की ती कोसळून जातात.''

"नेहमी अंधारात राहणाऱ्यांना थोडी जाणीव असतेच की, आपण त्यांच्याबरोबर फार राहू शकत नाही म्हणून. आणि तुम्हीही गुंतू नका. आफ्टर ऑल इट्स युवर ड्युटी.''

ती न बोलता विजयजवळ तशीच बसून राहिली आपल्या डोळस भावना एका रेषेवर घेऊन – ज्याच्या एका बाजूला उजेड होता – आणि दुसऱ्या बाजूला अंधार.

तो तिला उदास शब्दांत विचारत होता,

"या काळोखाला काय म्हणायचं? गर्द काळोख, साधा काळोख, की घननिळा?''

✦

१५

पूर्व

त्यानं ठरवलं, की बस, आता विचार करायचाच थांबवलं पाहिजे. थांबवून टाकू.

तसा तो थांबलाही. अगदी सेकंदाच्या सुरुवातीची काही टोकं. ती ओलांडता ओलांडताच पुन्हा त्याच्या डोक्याला कोळी जाळी विणायलाही लागला होता.

कालचा दिवस अतिशय वाईट होता. त्याच्या आदला दिवसही बऱ्यापैकी वाईट होता. मग विचार करता करता त्याला जाणवलं की, त्याच्या आधीचा – त्याच्याऽऽ ही आधीचा दिवस – आधीचा...

त्याच्या आदला...

कालपर्यंत...

काल...

– आणि आज, एकूण एक दिवस अतिशय ङच्चर होते.

बाप रे! म्हणजे गेले कित्येक वाईट दिवस तो घेऊनच आला होता पाठीवर.

गाडी चालवता चालवता त्याचा पाय ॲक्सिलेटरवर दबत होता. गाडीचा वेग जोरात होता. त्याला जाणवलाही नव्हता.

रस्त्यावर ट्रॅफिक पोलीस उभा होता. गुडघ्यातून त्याचा पाय लुळा पडल्यासारखा झाला. गाडीचा मंदावलेला वेग त्याला जाणवला.

गाडी गावाबाहेर रस्त्याला लागल्यावर वळणावर एक मोठी पाटी होती. जाहिरात. त्याचे डोळे सरळ त्याच्यावर फिरून गेले.

'तुमचं आणि तुमच्या गाडीचं आयुष्य तुमच्याच हातात आहे. पण आम्ही तुमची काळजी घेऊ' – इ.

'आयला, या पाटीवर लंबेलाट झोपलेल्या बाईला काय लागतंय सांगायला?

तिचा ट्रक जकात नाक्यावर कधी अडवलाय का?'

गाडीचा वेग वाढला. हवेतली चिकचिक त्याच्या मानेवर, कानांवर अगदी डोळ्यांच्या पापण्यांवरही आली होती. रखरखत्या उन्हात त्या गद्ध्या ड्रायव्हरनं फोन केला होता.

लांबून जकात नाका दिसला, तसा त्याचा आतापर्यंतचा वैताग उफाळून आला.

'मायला हा काट्टा चांगला म्हणून लावून घेतला... दोनदा बरोबर जाऊन ट्रक कसा बाहेर काढायचा शिकवला... फोकलीचा... त्याला गाढवाला जकात नाक्यावरून ट्रक काढता येत नाही? हा काय धंदा करणार? मला बुडवील भडवा!'

नाक्यापाशी त्यानं गाडी उभी केली. अगदी शांतपणाचा आव आणून त्यानं कुलूप घातलं. त्याला पाहताच ड्रायव्हर-दिलवर धावत आले. त्याला विश्वासात घेऊ पाहत असताना त्यानं आगीच्या डोळ्यांनी त्यांना जागीच उभं केलं.

"सुव्वरकी अवलाद!" तो पुटपुटला.

जकात नाक्याच्या दारातून तो विनम्र भक्तासारखा आत गेला.

आधी कधीतरी तो फार उद्दाम आत शिरला होता. एकदाच. त्याची आठवण त्याला कायम राहिली होती. तो एक दीक्षांत समारंभच होता. एकदाच त्यानं ती डिग्री अनुभवासह घेऊन टाकली. त्यानंतर मात्र कधीही त्याला त्रास झाला नव्हता. तो आज पुन्हा एकदा विद्यार्थ्यासारखा झाला.

'कधीही नाही... ही चूक पुन्हा कधीही नाही...' असं घोकत त्यानं मागच्या वेळीही चूक केली होती. आज पुन्हा तो तसाच घोकत होता.

त्याला पाहताच नाकेवाल्याचा चेहरा क्रूर झाला. डोकं खाली वाकलं. बिलं तपासण्यात गर्क झालं.

चार-पाच ट्रकचे ड्रायव्हर अतिशय घाईत असल्यासारखं करत होते. नाका-कारकून अगदी शांत होता.

तोही मध्येच घुसला, टेबलापाशी सरकत म्हणाला,

"नमस्कार साहेब."

नाका-कारकुनानं वर पाहून पुन्हा डोकं खाली लावलं.

पाच मिनिटं दोघंही गप्प झाले. तो आतून उकळत होता.

त्याच्याकडे न पाहताच नाकावाल्यानं एक ट्रक क्लिअर केली. त्याच्याकडे न पाहताच कारकून म्हणाला,

"बी वाय एम ५०३१ का?"

त्याच्या बुद्धीची त्यानं दाद दिली. डोकं हलवलं.

“काय सामान आहे? उघडून दाखवावं लागंल.”

“किरकोळ सामान आहे साहेब. रसीद पाहा ना. मागच्या नाक्यावर क्लिअर झालंय.” मागं पाहत तो ओरडला, “ए गाढवा, रसीदा आण रे.”

नाका-कारकून शांतपणे पाहात होता. तो थोडा हसल्यासारखा झाला.

“जरूर नाही साहेब. किरकोळ सामान हाय. ते खोलून दाखवा. मागच्या नाक्याचं काय सांगू नका. ते आमचेच जातभाई हायेत.”

बिलं बरोबर असताना क्लिअर करत नाही? त्याच्या मनात रागाबरोबरच प्रश्न उफाळून आला.

“हरामखोर साले! तो सप्लायर त्याचा वाटा घेईल. माझ्या गळ्याला तात लावेल.” तो पुटपुटला. वरवर शांत स्वर प्रयत्नाने ठेवत म्हणाला,

“त्यात बघण्यासारखं काय आहे? औषधाचे पॅक फोडता कसे येतील?”

“काय औषधं हाईत?” नाका-कारकून.

“हे– आपली कुटुंब नियोजनाची, देवाची... त्याच्यावर कर नाही, काही नाही. तुम्हाला तर माहितीच आहे. आपण एका गावचे राव. तुम्ही तर आम्हालाच गोत्यात घेऊ लागलाय.”

नाका-कारकून अनुभवी हसला. खुर्ची सरकवून उठला आणि पत्र्याच्या शेडच्या खिडकीतून त्यानं बाहेर पिंक टाकली.

पुन्हा बसता बसताच म्हणाला,

“आमच्या गावचेच रोज येतात साहेब. आता तुम्ही सामान किरकोळ हाय म्हणताय. पर बॉक्स खोलत नाही. हां –?”

“त्याचं काय आहे, बॉक्स खोला – बंद करा भानगडींना मला वेळ नाही. ही डिलिव्हरी द्यायचा दिवस जाऊन दोन दिवस वर झालेत. मला सारखं डीलर्सना तोंड द्यावं लागतंय. म्हणून म्हणतो साहेब, आपलं मिटवून घ्या. काय?”

हे म्हणत असताना त्यानं त्या कारकुनाला जमतील तितक्या शिव्या मनातल्या मनात घातल्या.

“मिटवायचं... जमायचं नाही साहेब. वरचा साहेब लई खट हाय. त्याचा हिस्सा मिळाल्याबिगर आपुन काय करू शकतो, हां?”

“दोघांचं घेऊन टाका. चला.” खिशात हात घालत तो म्हणाला.

हे म्हणताना तो कोपऱ्यात मठ्ठ उभ्या असलेल्या ड्रायव्हरकडे पाहत होता. क्लीनरचं तिकडं लक्ष होतं. त्यानं ड्रायव्हरला खांद्यानं टोचलं. ड्रायव्हरचे मागचे हात पुढे आले. त्यानं एका पायावरचं शरीर दुसऱ्या पायावर केलं फक्त.

‘पाजी साला!’ तो मनात म्हणाला.

त्याच्याकडे संपूर्ण दुर्लक्ष करीत नाका-कारकुनानं मानेनंच 'नाही' म्हटलं.

आता तो अजीजीवर आला.

पण कसंही बोलून, गोडीनं तो ठिकाणावर येईना, तेव्हा धाडकन खुर्ची मागे सरकवून तो उठला. उठताना त्याला वाटलं, या नाका-कारकुनाच्या पेकाटात लाथ घालावी. फुकटची मिजास करतोय.

दोन पावलांवरच मागून हाक आली.

"अहो ५०३१ –"

मोठ्या आशेनं तो वळला.

"तुमचा रुमाल पडलाय..."

संतापाचा डोंब त्याच्या डोक्याकडे सरकला.

'मादरचोद साला --'

आता म्युनिसिपालिटीतला पाट्याटाकू कारकून पाहणं आलं.

त्यानं डोळ्यांनीच दोघा ट्रकवाल्यांना जागेवर ठेवलं आणि गाडीचं दार धाडकन लावून घेऊन गाडी फटक्यासरशी रिव्हर्समध्ये घेतली.

सगळ्या दिवसाची चिकचिक आणि शीण घेऊन तो घरी आला, तेव्हा अकरा वाजून गेले होते.

झोपाळलेल्या बायकोकडे पाहत त्यानं शर्ट काढायला सुरुवात केली.

"जेवण लावू का?"

"नको. मी हातानं घेईन. तू झोप." हे म्हणताना त्याला वैताग लपवता आला नव्हता.

तिच्या अंगावरून सुखदार चरबी ओघळत होती. तिच्या चरबीयुक्त शरीराकडे पाहताना त्याला वाटलं, या चरबीबरोबरच हिचं मनही सुखानं झाकून गेलंय. ओघळून वाहतंय. त्याच्या सुखाची-दुःखाची ती फारशी फिकीर कधीच करत नव्हती. तो मात्र दोन पोरं आणि तिच्यासाठी रात्रंदिवस मरत होता.

तिच्याकडे बघता बघताच त्यानं पुन्हा शर्टच्या गुंड्या लावायला सुरुवात केली.

"हे काय? पुन्हा जाणार का? जेवण?"

"भूक नाही, एक काम आठवलं. जाऊन येतो जरा."

"इतक्या रात्री?" तिच्या स्वरात उत्सुकता नव्हती. असती, तर तो थांबलाही असता.

पण ती वेळ कधीच टळून गेली होती.

आता चिनाब.

चिनाबच्या घरच्या पायऱ्या चढताना त्याला वाटलं,

ही नसती, तर मी काय केलं असतं?

तिच्या शरीरगंधाच्या आठवणीनं त्याचं मन तरतरीत झालं.

दारात तीच होती. न हसताच तिनं त्याला आत घेतलं. समोरच्या खोलीत आणखी दोघं बसले होते.

त्याच्या पायापासून डोक्यापर्यंत एक कळ उठून गेली.

त्याची नजर टाळत ती म्हणाली,

''अंदर बैठो! मैं अभी आयी!''

आतल्या खोलीत त्याच्याऐवजी जाळ शिरला आणि धगीनं खोली पेटून उठली.

दहा मिनिटं. पंधरा. वीस. तो अस्वस्थ झाला.

ती आली, हसली.

''आज तो आनेवाले नहीं थे?''

''म्हणून या लोकांना घेऊन बसली होती, होय?''

''रागावतो काय? अम्मीच्या गावचे होते. भेटायला आले होते.''

''अम्मीच्या गावचे? ही भेटायला यायची वेळ आहे का? बारा वाजायला आलेत.''

तो अजूनही तिच्या फुटण्याची वाट पाहत होता.

''त्यांची गाडी लेट झाली, म्हणून–'' ती पुढे बोलली नाही. त्याच्या चेहऱ्याकडं पाहत गप्प झाली.

त्याच्या रागाचा पारा चढत होता.

तिच्या दंडाला खस्सकन धरीत तो म्हणाला,

''मी येत नसतो, तेव्हा हे धंदे करतेस का?''

ती फक्त केविलवाणी झाली.

''तुला हा बंगला कशाला घेऊन दिला? मी नसताना हे धंदे करायला? तू फक्त माझी होऊन राहणार होतीस ना – तेच ठरलंय, साली थेरं करायला लागली –''

त्यानं झटक्यानं तिला मागं ढकलली.

खुर्चीला पकडत ती कशीबशी उभी राहिली.

''कोण होता तो –?''

''तो कोण?'' ती एकदम फणकारलेल्या नागिणीसारखी म्हणाली.

''तुझा आशिक... तो तरणाबांड पोरगा...''

त्याच्या पांढऱ्या कल्ल्यांकडे पाहत ती म्हणाली,

"हो. आशिकच हाय माझा. तू पैसा देतोस, म्हणून तुला पाहिजे ते मिळतंय. माझ्या बाकीच्या भानगडीत पडू नकोस."

"का ऽ य?" तो जवळ जवळ उडी मारूनच उभा राहिला. "तुझ्यासारखी पोट्टी मला हे सांगते? तुला बंगला अन् नोकर गमजा वाटला का? आता नखरे सुचायला लागले. खाण्यावारी मरत होतीस, तेव्हा कशी गरीब कुत्र्यासारखी शेपटी हलवीत पाय चाटत होतीस! आता माजली माझ्या पैशावर! मलाच 'भानगडीत पडू नको' म्हणतेस? दीडदमडीची पोट्टी –"

त्यानं तिचे दंड जवळजवळ पिरगाळले.

"उद्धट रांड!"

"काय म्हणाला?" ती किंचाळून म्हणाली.

तो वरमला. कुठेतरी आत शरमला.

तरी वर बेदरकार नजर टाकीत म्हणाला,

"डोळे काढू नकोस माझ्यावर. तोंड इकडचं तिकडं करून देईन!"

तो त्वेषानं बाहेर पडला.

गाडी लांबच्या एका पुलाच्या बाजूला लावून तो उतरला. त्याचं डोकं गरगरत होतं.

सकाळी सप्लायरनं ट्रक बुक केला होता. त्रेसष्ट हजारांचं पेमेंट दिल्याशिवाय माल येणार नव्हता. ट्रक दोन दिवस अडकून राहणार होता. पैसे खाऊन कारकून काम उशिरा करणार होता. घरी बायको काहीच विचारीत नव्हती.

चिनाबनं पोरगा ठेवला होता.

सगळे त्याच्याभोवती साखळी धरून नाचत होते. गोल, गोल, फिरून फिरून त्याला वेडावत.

त्याचं लक्ष नव्हतं. कशातच!

पुलावर बसल्यावर त्यानं डोकं गच्च धरून ठेवलं.

चिनाबच्या आठवणीनं तो बेफाम झाला.

दिवसभराच्या उठाठेवीनंतरचा रामबाण उपाय. चिनाब!

इतकी खट निघाली की, आपणच तिला पैशावर नाचवता नाचवता तिच्यात गठलो? ती कुणाशी बोलली, तर आपल्याला राग का यावा? ती आपल्याला अरे-तुरे करते, का?

का? तिच्या मुलायम हातांची आपल्याला गरज वाटते, तिच्या ऊबदार कुशीची ओढ वाटते? ती बेइमान निघावी?

माझा पैसा घेऊन?

मी पैसा देतो, म्हणून दुखावलोय. का तिला मी आवडत नाही आणि दुसरा कुणी आवडतोय, म्हणून दुखावलोय?

तिला मी आवडत नाही? बाप रे!

म्हणजे इतके दिवस – इतक्या रात्री ती फक्त... बाप रे!

तो समूळ हादरला.

सगळं शरीर घाण झाल्यासारखं, नासल्यासारखं झालं.

त्रेसष्ट हजारांचं पेमेंट! कुठून करावं?

हा ट्रक सुटला, तर ॲडव्हान्स घेता तरी येईल.

पण उद्याचं काय करायचं?

त्याच्या डोक्याच्या शिरा ताठ झाल्यासारखं त्याला वाटलं.

डोक्यातलं वादळ डोकं फोडून बाहेर पडून जावं, असं वाटलं.

'आता हे सहन करू शकत नाही मी देवा...'

सरमिसळ झालेल्या भावनांनी तो फुटून गेला.

लहानपणापासूनच्या कष्टांची माळ त्याच्यापुढे फिरली.

आईचं मरण. वडिलांची तंगी. त्यांचा आजार.

हलाखीतली परिस्थिती. सतत ओढत ताणत केलेलं शिक्षण.

ठेकेदाराची हमाली.

एक.

एक झालं की दुसरं चित्र.

न संपणाऱ्या रांगाच रांगा.

हे संपव, ते संपव. मला संपवून टाक, बस्स.

हे परमेश्वरा, आता अंत नको पाहू. मला कशातच रस नाही.

हे म्हणता म्हणताच त्याला आईनं सांगितलेली गोष्ट आठवली.

अति खाऊन खाऊन एका बेडकीचं पोट फुगत फुगत गेलं. ते इतकं तट्ट फुगलं, की एके दिवशी ते फुटलं. बेडकी मेली.

त्याला वाटलं, माझ्यातही ते दुःख असंच साचत चाललंय – आता मीही दुःखानं इतका फुगलोय की फुटून जावा.

त्यानं डोकं खालच्या गार दगडावर टेकवलं, वाटलं, त्या दगडी चिरांमध्ये त्याच्या डोक्यातला चिगदा भरून... भरून जाईल.

त्या अनुभवांच्या रांगांतून जाताना तो फुटून निघाला.

आपण किती सहन केलंय, या विचारांनी हळवा झाला.

या शरीरावर झालेले आघात.

या मनानं भोगून-कोंडून ठेवलेले कढ.

एकदा जन्मल्यावर जे जे भोगायचं असतं, ते भोगून झाल्यावरही मरण नसतंच का?

विसरून म्हणून गेलेल्या कित्येक आठवणी उकळी फुटल्यासारख्या, तळातून वर उठून येताना त्याला वाटलं,

नुसतं भोगत भोगत जगताना मरत राहणं,

न येणारं मरण आणण्यासाठी देवाची करुणा भाकणं...

या अंधारात डोळे लयाला जावेत.

उद्याच्या न संपणाऱ्या आशा न दिसाव्यात.

दिवसाच्या उजेडात.

अगदी या क्षणी.

आताच.

मरणानं यावं.

त्याला वाटलं, बहुतेक मरणाऱ्यांना चांगलं लिहिता येत असावं.

जडापासून तरंगत तरंगत वर गेल्यासारखा त्या दुःखाच्या वावटळीत तो वर जात राहिला.

मग वर की खोल – खाली, या जाणिवेच्या पल्याड जाताना, सगळं अंधुक, अस्पष्ट होत गेलेलं.

पहाटेच्या वाऱ्यानं त्याची कातडी हुळहुळली.

डोळे चोळीत त्या दगडी पुलावर तो उठून बसला.

स्वच्छ, प्रसन्न गारवा.

पुसत जाणारा अंधुक अंधार.

पूर्वेकडे पाहताना तो एकदम हलका झाला.

रात्रीच्या धगधगत्या त्रासावर झिरमिरीत पडदा सरकताना तो पूर्वेकडे पाहत पाहत उठला.

दुसरा दिवस उगवला होता.

◆